ஸ்ரீ வேங்கடேச சுப்ரபாதம் (பொருளும், விளக்கமும், சிறப்பும்)

R பிரகாசம்

Made with ♥ on the Notion Press Platform
www.notionpress.com

பொருளடக்கம்

ஸ்ரீ வேங்கடேச சுப்ரபாதம்
(பொருளும், விளக்கமும், சிறப்பும்)

எளிய தமிழில் விளக்கவுரை:

Dr.R.பிரகாசம்

B.E.(Hons).,M.E.,Ph.D.,F.I.E.,C.Engg.,M.I.S.T.E.

"அறிவே தெய்வம்" என்று சொல்லி என்னை எப்போதும் வழி
நடத்தும் எனது குரு ஸ்ரீமகா குருபரானந்த சுவாமிகளின்
திருப்பாதங்களில் சமர்ப்பணம்

முன்னுரை

அறிஞர் பெருமக்களே, ஆன்றோர்களே, சான்றோர்களே, இளைஞர்களே, மாணவச் செல்வங்களே, அனைவருக்கும் என் வணக்கம். இந்த தமிழ் விளக்கவுரைப் புத்தகத்தை எழுதிய காரணத்தை முதலில் கூறுகிறேன்.

நான் கோயமுத்தூரில் உள்ள சித்ரா (SITRA) நிறுவனத்தில் பணியில் இருந்த போது பணிநிமித்தமாக பல்வேறு ஊர்களுக்கு குறைந்த பட்சம் மாதம் ஒருமுறையாவது சென்று வருவது வழக்கம். அதிகாலை வேளையில் காரிலோ, பஸ்ஸிலோ பயணிக்கும் போது இசைவாணி M.S.சுப்புலட்சுமி அம்மா பாடிய ஸ்ரீவேங்கடேச சுப்ரபாதத்தை கேட்காதவர் இருக்க மாட்டார்கள். புதுடில்லியின் கரோல்பாக் ஓட்டல்களிளாகட்டும், பம்பாயின் தாதர் பகுதிகளில் உள்ள ஓட்டல்களிளாகட்டும், நமது சென்னையின் எழும்பூரின் ஓட்டல்களிளாகட்டும், அதிகாலையில் ஸ்ரீவேங்கடேச சுப்ரபாதமோ அல்லது அனுராதா பட்வால் பாடிய காயத்ரி மந்திரமோ சாம்பிராணி வாசனையுடன் உடலுக்கும் மனத்துக்கும் புது உத்வேகத்தையும் புத்துணர்ச்சியையும் அந்த நாள் முழுவதும் தருவதை பலமுறை அனுபவித்திருக்கின்றேன். "கௌசல்யா சுப்ரஜா ராம" எனத்துவங்கும் பாடலின் இசையை எத்தனை முறை கேட்டாலும் மனம் சலிப்படைவதில்லை. ஆனால், இந்த ஸ்ரீவேங்கடேச சுப்ரபாதம் யாரால் இயற்றப்பட்டது, அதன் உட்கருத்துக்கள் என்ன என்று அறியத் தூண்டிய ஆவலின் விளைவே இந்தப் புத்தகம்.

திருப்பள்ளியெழுச்சி என்று தமிழில் சொல்லப்படும் இசைப்பாடல்கள் பல இருந்தாலும் சமஸ்கிருத மொழியில் எழுதப்பட்ட இந்த ஸ்ரீ வேங்கடேச சுப்ரபாதம் உலகம் முழுவதிலும் பிரசித்தி பெற்றது. எனவே, இதன் உட்பொருளை உணர சமஸ்கிருத மொழியை இணையத்தில் கற்க ஆரம்பித்தேன். அரசுப்பள்ளியில் ஏழாம் வகுப்பில் சிறிது காலம் படித்த இந்தி மொழிப் பயிற்சி இதற்கு உதவிகரமாக இருந்தது.

ஒவ்வொரு மொழிக்கும் தனித்தனி சிறப்புக்கள் உண்டு. வெறும் 26 எழுத்துக்களை வைத்துக்கொண்டு உலகம் முழுவதும் மிக அதிகம் (113 கோடிப்பேர்) பேசப்படும் ஆங்கிலத்தின் பன்முகத் தன்மையை யாரும் குறைத்து மதிப்பிட முடியாது. உலகத்தில் மூன்றாவதாக அதிகமாக (61 கோடிப்பேர்) பேசப்படும் மொழி இந்தியாகும். இந்திக்கும் சமஸ்கிருத மொழிக்கும் நிறைய ஒற்றுமைகள் உண்டு. நமது தமிழகத்தில் நாம் குழந்தைகளுக்கு வைக்கும் பெயர்கள் மிக அதிகமானவை சமஸ்கிருத சொற்களே என்றால் உங்களால் நம்பமுடியாது. நமது தாய்மொழியான தமிழின் சிறப்பையும், சொல் வளத்தையும் வேறு எந்த மொழியிலும் காண முடியாது. மொழி என்பது தகவல் தொடர்புக்கும், நமது எண்ணங்களைப் பரிமாரிக் கொள்வதற்கும் உள்ள ஒரு கருவியே (Language is a communication tool).

இந்த சக்தி வாய்ந்த ஸ்ரீவேங்கடேச சுப்ரபாதத்தை தமிழாக்கம் செய்து இசைப்பாடல்கள் வடிவத்தில் தமிழில் கவிதைகளாக அமைப்பது இந்தப் புத்தகத்தின் நோக்கமல்ல. நமது எண்ணம், சொல், செயல் எல்லாம் சக்தி வாய்ந்தவை. இந்த மூன்றினுள், எண்ணங்கள் மிகமிகச் சக்தி வாய்ந்தவை.

எண்ணங்களின் வெளிப்பாடே சொற்களாக பரிணமிக்கின்றன. ஒரு மொழியில் உருவான வார்த்தைகள், அதே மொழியில் தான் அதிக சக்தி பெறுகின்றன. நமது தேசியகீதத்தை தமிழில் மொழிபெயர்த்துப் பாடினால் அதன் அறுஞ்சுவை குறைந்து விடும். ஆனால், அதில் சொல்லப்பட்ட கருத்துக்களை உணர்ந்து அதே மொழியில் பாடும்போது சிறப்பாக அமைகிறது. அதனால், இந்தப் புத்தகத்தில் ஒவ்வொரு வார்த்தைக்கும் தமிழ் அர்த்தங்கள் கொடுக்கப்பட்டுள்ளன. அதன் முக்கியத்துவமும் உணர்த்தப்பட்டுள்ளன. சென்னை மாநிலக்கல்லூரியின் பேராசிரியரான Dr.சா.பார்த்தசாரதி என்பவர் தன் தாயின் வேண்டுகோலின்படி ஸ்ரீவேங்கடேச சுப்ரபாதத்தை சமஸ்கிருதத்தில் இருந்து தமிழில் மொழிபெயர்த்து, திருவேங்கடத்தான் திருப்பள்ளியெழுச்சி என்ற பெயரில் இசைக்கவிதையாக 1986 ஆம் ஆண்டு வெளியிட்டுள்ளார்.

இந்த பரந்த உலகத்தில் அறிவியல் கண் கொண்டு பார்த்தால் எல்லாப் பொருட்களும், ஏன், உயிருள்ள அனைத்து ஜீவராசிகளும் கூட ஒருவித எல்லைக்கும், விதிகளுக்கும் கட்டுப்பட்டே இயங்குகின்றன. அந்த விதிகளையும், எல்லைகளையும் தனது பகுத்தறிவால் கண்டறிந்த மனிதனின் அறிவியல் ஞானம் போற்றுதற்குரியது. ஆனால், இந்த எல்லையைத் தாண்டி கற்பனை செய்து கூட பார்க்க இயலாதவற்றை இயற்கையாகிய மகாசக்தி பல்லாயிரக்கணக்கான வருடங்களாக விதிமுறைப்படி நடத்திக் கொண்டிருக்கிறது. பூமியில் இருந்து சற்று மேலே சென்று ஆராய்ந்தால், பல்வேறு கோள்களும், நட்சத்திரங்களும், கேலக்ஸிகளும் பல்லாயிரம் வருடங்களாக மிகத்துல்லியமாக நீள்வட்

டப்பாதையில் பிரபஞ்சத்தில் சென்று கொண்டிருக்கின்றன.

உலகிலுள்ள நம் அனைவருக்கும் ஏதோ ஒரு கடமை இருக்கும், ஏதோ ஒரு பொறுப்பும் இருக்கும். நாம் திட்ட-மிட்டபடி எல்லாம் நடந்து விட்டால், எல்லோரும் சாதனை-யாளர்களாக மாறியிருப்பர். நான் என் அறுபது வருட வாழ்-வில் என்ன தான் SMART WORK செய்தும் சரியான சந்தர்ப்பங்களும், சூழ்நிலைகளும் இருந்தும் கூட கடுமை-யாக உழைத்தும், மேன்மை அடையாதவர்களைப் பார்த்-திருக்கின்றேன். மிகவும் சுலபமாக வாழ்க்கையில் வெற்றி பெற்றவர்களையும் சந்தித்திருக்கின்றேன். இங்கு தான் விதி அல்லது ஊழ் என்ற ஒன்றை நமது முப்பாட்டன் திரு-வள்ளுவர் தனது திருக்குறளின் 38 ஆவது அதிகாரத்தில் எடுத்துரைத்தார். எது நமது கட்டுப்பாட்டில் உள்ளது என்று சற்றே சிந்திப்போம். நமது தலை முடி கூட நமது கட்டுப்-பாட்டில் இல்லை. முடி நரைப்பதையோ, உதிர்வதையோ, வழுக்கை விழுவதையோ நம்மால் தடுக்க முடியவில்லை. இந்த உலகத்தின் மிகப் பெரிய அறிவுஜீவியான மனிதனால் ஒரு சொட்டு இரத்தத்தைக் கூட செயற்கையாக உருவாக்க முடியாது. இதயத்தை இயக்கும் மின்காந்த சக்தியை நமது மூளை எவ்வாறு உருவாக்குகிறது என்று இதுவரை எந்த விஞ்ஞானியாலும் கண்டறியப்படவில்லை. இருதயத்தையும், குடல்களையும், கணையத்தையும், சிறுநீரகத்தையும் நாம்-தான் இயக்குகிறோமா? இல்லையே. மழை நம்மைக் கேட்டா வானில் இருந்து பொழிகிறது? மரம் நம்மைக் கேட்டா முளைக்கிறது? உலகம் நமது பொறுப்பிலா சுழலுகிறது? நட்-சத்திரங்களை நாம் தான் ஜொலிக்க வைக்கிறோமா? நாம் தான் வானிலுள்ள கோள்களை கீழே விழாமல் அந்தரத்தில்

தாங்கிப்பிடிக்கிறோமா? எந்த சக்தி நம்மையெல்லாம் சேர்த்து அனைத்தையும் சிறப்பாக, மிகத்துல்லியமாக இயக்குகிறதோ, அது அனைத்தையுமே பார்த்துக் கொள்ளும்.

அதற்காக, வாழ்க்கை என்பது எந்த வேலையையும் செய்யாமல், எல்லாவற்றையும் இறைசக்தி பார்த்துக் கொள்ளும் என்று சும்மா இருப்பதல்ல. எந்த ஜீவராசியும் இந்த உலகத்தில் உயிரோடு இருக்கும் வரை, தன் உடலைக் காக்கவாவது தனது குறைந்தபட்ச கடமையைக்கூட செய்யாமல் உயிர்வாழ முடியாது. நம்மால் முடியும் என்று நமது உள்ளம் சொல்வதை, நமது அறிவின் துணை கொண்டு, அதற்கான திறமைகளை வளர்த்து, முயற்சியுடன், செய்ய முடிந்ததை கர்ம யோகமாக, ஒரு வேள்வியாக, நமது கடமையாகச் செய்து, அதனால் வரும் பலன்களை இந்த பிரபஞ்ச சக்தி நமக்கு அளித்த அருட்பிரசாதம் என எண்ணி அதை மன நிறைவுடன் ஏற்றுக்கொண்டு வாழ்வதே வெற்றிகரமான உயர்ந்த ஆன்மீக வாழ்க்கையாகும். இதுவே ஸ்ரீகிருஷ்ணர் அர்ச்சுனனுக்கு ஐந்தாயிரம் வருடங்களுக்கு முன் உரைத்த பகவத் கீதையின் சாரமாகும். இதையே ஐம்பது வருடங்களுக்குமுன் கவியரசர் கண்ணதாசன் "மயக்கமா? கலக்கமா?" என்ற பாடலில் பாமர மக்களுக்கும் எளிதில் புரியும் வண்ணம் கூறினார்.

இந்த இயற்கையாகிய பரப்பிரம்மமாக எங்கும் எப்போதும் நீக்கமற நிறைந்திருக்கின்ற நமது அறிவிற்கு எட்டாத மகா சக்தியையே நாஸ்திகர்கள் இயற்கை என்றும், ஆஸ்திகர்கள் ஸ்ரீ மஹா விஷ்ணுவென்றும், சிவமென்றும், பராசக்தி என்றும், இறைவன், தெய்வம், கடவுள், ஸ்ரீராமர், ஸ்ரீகிருஷ்ணர், விநாயகர், முருகன், ஏசு கிறிஸ்து, அல்லா என்ற

பெயர்களாலும் தங்களின் அனுபவத்திற்கு ஏற்ப நினைத்தும், வழிபட்டும் மகிழ்கிறோம். வெவ்வேறு பெயர்கள் கொண்ட நதிகள் கடைசியில் பெருங்கடலில் சங்கமிப்பதைப்போல, எல்லா வழிபாட்டு முறைகளும், இயற்கையின் மகாசக்தி-யான பரப்பிரம்மத்தை நோக்கியே என்பதை எல்லோரும் உணர வேண்டும். இதையே, ஸ்ரீமத் பகவத் கீதையில் 11-ஆம் அத்தியாயமான விஸ்வரூபதரிசன யோகத்தில் பகவான் ஸ்ரீகிருஷ்ணர் இந்த உலகத்தில் வழிபடப்படுகின்ற எல்லா தெய்வங்களும், எல்லா உயிருள்ள ஜீவராசிகளும், உயிரற்ற ஜடப் பொருட்களும், அனைத்தும் தன்னுள் இருப்-பதை அர்ச்சுனனுக்குக் காட்டி அருள்கிறார். அந்த மகா பரப்பிரம்மம் நமது கண்களுக்குப் புலப்படாத மிகப் பெரிய மின்காந்த ஆற்றலாகும்.

ஸ்ரீ வேங்கடேச சுப்ரபாதத்தின் வரலாறு

ஸ்ரீ வேங்கடேச சுப்ரபாதத்தை எழுதியவர் வித்தியாசமான பெயர் கொண்ட பிரதிவாதி பயங்கரம் அண்ணங்காச்சாரியார் ஆவார். சமஸ்கிருத மொழியில் மிகச்சிறந்த புலமை பெற்று ஒரு நடமாடும் அறிவுக்களஞ்சியம் போல் வாழ்ந்த இவரை எதிர்த்து யாரும் தங்கள் புலமையால் வெல்ல முடியவில்-லையாததால் இப்பட்டத்தை பெயராகப் பெற்றார். இவர் நமது தமிழ்நாட்டின் காஞ்சிபுரத்தில் 1361 ஆம் ஆண்டு பிறந்தவர். இவரின் இயற்பெயர் ஹஸ்திகிரிநாதன் என்பதா-கும்.

அண்ணங்காச்சாரியார் விசிட்டாத்துவைதப் பிரிவைச் சேர்ந்த வைணவப் பெரியார்களுள் ஒருவரான மணவாள

மாமுனிகளின் சீடராவார். விசிட்டாத்துவைதமானது ஜீவாத்-
மாவும் பரமாத்மாவும் ஒரே பொருளாலானவை என்றும்
ஜீவாத்மா பரமாத்மாவிலிருந்து வெளிப்பட்டது என்றும் கூறு-
கிறது. வேதாந்த தேசிகர் என்றழைக்கப்பட்ட மணவாள
மாமுனிகளின் அறிவுறுத்தலின்படி அண்ணங்காச்சாரியார்,
இந்த சிறப்பு மிகுந்த இசைப்பாடல்களான ஸ்ரீவேங்கடேச
சுப்ரபாதத்தை உருவாக்கினார். சுமார் 600 வருடங்களுக்கு
முன் உருவாக்கப்பட்ட இந்த இசைப் பாடல்கள் இப்போதும்
கற்பதற்கும், கேட்பதற்கும் இனிமை சேர்ப்பது மட்டுமல்லாது
தெய்வீக சக்தி கொண்டவை.

ஒப்பற்ற உயர்ந்த ஞானியான பிரதிவாதி பயங்கரம்
அண்ணங்காச்சாரியார் 93 வயது வரை இவ்வுலகில்
வாழ்ந்து 1454 ஆம் ஆண்டு இறைவனடி சேர்ந்தார். பிற்-
காலத்தில் பிரதிவாதி பயங்கரம் அண்ணங்காச்சாரியாரின்
பரம்பரையில் வந்த அவரது வாரிசுகள் சிலர் அவர் பெய-
ரையே பெற்று அவரைப்போலவே சமஸ்கிருத மொழியில்
சிறந்து விளங்கி ஸ்ரீவேங்கடேஸ்வரருக்கு சேவை செய்தனர்.
அதுமட்டுமல்லாது, அதிகாலையில் ஸ்ரீவேங்கடேச சுப்ரபா-
தத்தைச் சிறப்பாகப் பாடுகின்ற சிறந்த பணியையும் செய்து
வந்தனர். இசைவாணி M.S.சுப்புலட்சுமி அம்மா அவர்க-
ளின் குரலில் இந்த சுப்ரபாதம் பாடப்படும் வரை பிரதிவாதி
பயங்கரம் அண்ணங்காச்சாரியார் என்ற அதே பெயரைக்-
கொண்டவரால் பாடப்பட்டு வந்தது.

எனவே, ஸ்ரீவேங்கடேச சுப்ரபாதத்தை எழுதியவர் 1361
ஆம் ஆண்டு முதல் 1454 ஆம் ஆண்டுவரை வாழ்ந்த
பிரதிவாதி பயங்கரம் அண்ணங்காச்சாரியாரே ஆவார். இந்-
தப் புத்தகத்தில் அண்ணங்காச்சாரியார் எனக் குறிப்பிடுவது

அவரையே ஆகும்.

ஸ்ரீ வேங்கடேச சுப்ரபாதம் பாடல்கள்

ஸ்ரீ வேங்கடேச சுப்ரபாதம் கீழ்க்கண்ட நான்கு பிரிவுகளால் ஆன மொத்தம் 70 பாடல்களைக் கொண்டது.

ஸ்ரீ வேங்கடேச சுப்ரபாதம் - 29 பாடல்கள்

ஸ்ரீ வேங்கடேச ஸ்தோத்திரம் - 11 பாடல்கள்

ஸ்ரீ வேங்கடேச பிரபத்தி - 16 பாடல்கள்

ஸ்ரீ வேங்கடேச மங்களாஸாசனம் - 14 பாடல்கள்

ஸ்ரீ வேங்கடேச சுப்ரபாதம்

சுப்ரபாதம் என்ற சொல்லைப் பிரித்தால் சு + ப்ரபாதம் என்றாகும். "சு" என்பது "உயர்ந்த, சிறந்த, மங்களம்" என்ற பொருள்படும். சுகுமாரன், சுசீலா, சுகுமாரி, சுகுணம், சுரேந்திரன், சுரூபவதி போன்ற பெயர்கள் அவைகளின் சிறப்பைக் குறிக்கும். "ப்ரபாதம்" என்ற சொல் "விடியும் காலைப்பொழுது" எனப்படும். ஆக, சுப்ரபாதம் என்பது "விடியும் நல்ல காலைப்பொழுது" எனப் பொருள்படும்.

திருவேங்கடம் என்று தமிழில் குறிப்பிடப்படும் ஸ்ரீவேங்கடம் அல்லது திருப்பதியின் பெயர் "வைகுண்டம்" என்ற சொல் நாளடைவில் மருவி "வேங்கடம்" என்றானதாகக் கருதப்படுகிறது. மேலும், வேங்கடம் என்ற சொல்லைப் பிரித்தால் வேம் + கடம் என்றாகும். வேம் என்றால் பாவம், கடம் என்றால் அழித்தல் அல்லது நாசமாதல். எனவே

வேங்கடம் என்ற சொல்லுக்கு பாவங்கள் எல்லாம் நாசமாகும் இடம் அல்லது பாவங்களைச் சுட்டெரிக்குமிடம் என்ற பொருளும் உண்டு.

பல்வேறு வேதபுராணங்களில் இத்தலம் சிறப்பான பெயர்களால் குறிப்பிடப்படுகிறது. கிரேதாயுகத்தில் இது வ்ரிஷபாத்ரி என்றும், திரேதாயுகத்தில் அஞ்சனாத்ரி என்றும், துவாபரயுகத்தில் சேஷாத்ரி என்றும், இந்தக் கலியுகத்தில் வேங்கடாத்ரி என்றும் அழைக்கப்பட்டு இருப்பதாக புராணங்களில் கூறப்பட்டுள்ளது. கலியுகத்தில் மனிதர்களை ஆசிர்வதிப்பதற்காக **அர்ச்சவதாரம் (அர்ச்சிக்க ஏற்ற திருவுருவச்சிலை)** என்ற வடிவத்தில் விஷ்ணு பகவான் இந்த பூமிக்கு வந்ததாக வராக புராணம் கூறுகிறது.

தமிழ் இலக்கியங்களில் திருவேங்கடத்தினை முதன்முதலில் குறிப்பிடுகின்ற சான்று தொல்காப்பியத்தில், "வடவேங்கடம் தென்குமரி ஆயிடைத் தமிழ் கூறும் நல்லுலகத்து" எனக் குறிப்பிடப்பட்டுள்ளது. சங்க இலக்கியங்களில் பல பாடல்களில் இவ்வேங்கட மலையினைப் பற்றிய குறிப்புகள் பல்வேறு இடங்களில் காணப்படுகின்றன. அகநானூற்றில் மதுரைக் கணக்காயனார் என்னும் புலவரால் பாடப்பட்ட பாடலில் வடநாட்டின் வேங்கடமலைப் பக்கத்திலுள்ள அரசர் திரையாகக் கொடுத்த வெண்மையான தந்தங்களை உடைய யானைகளைப் பெற்று பாண்டியர்கள் ஆட்சி புரிந்தனர் என்றும், இதன் மூலம் வேங்கடம் என்னும் பகுதியானது பாண்டியரின் ஆளுகைக்கு உட்பட்டு இருந்தது என்பதும் அம்மலையில் யானைகள் நிறைந்து காணப்பட்டன என்ற செய்தியும் தெரியவருகின்றது.

சுப்ரபாதம் என்பது இறைவனைத் துயில் எழுப்புவதாக நம்மில் ஆன்மீக விழிப்பின்றி உறங்கிக் கொண்டிருக்கும் ஆன்மாவைத் துயிலெழுப்பி இறைவனின் கருணையை உணரச் செய்வதற்காகப் பாடப்படும் பாடல்கள் ஆகும். இறைவனாகிய பரம்பொருள் உறங்குவாரா? இல்லை. எப்-பொதும் எல்லா இடங்களிலும் நீக்கமற நிறைந்துள்ள மெய்ப்-பொருள் எக்கணமும் உறங்குவதில்லை. யோகநித்திரையில் இருப்பதாக எண்ணி அவரைப் பாடிப் பணிகிறோம். இந்த ஸ்ரீ வேங்கடேச சுப்ரபாதம் வருடம் முழுதும் திருமலையில் நடைதிறக்கும் பொழுது தாளலயத்தோடு மூலஸ்தானத்தின் தங்கவாயில் முன்பு கோயில் குருமார்களால் பக்தி சிரத்தை-யோடு அனுதினமும் ஓதப்பட்டு வருகிறது.

ஸ்ரீ வேங்கடேச ஸ்தோத்திரம்

"ஸ்தோத்திரம்" என்ற சொல் "போற்றுதல்" என்று பொருள்-படும். இறைவனை, இறை வடிவத்தின் சிறப்புக்களைப் போற்றிப்பாடுவது. ஸ்ரீவேங்கடேஸ்வர பெருமாள் தனது தேவி ஸ்ரீமஹா லக்ஷ்மியுடன் எப்படிப்பட்ட தோற்றத்துடன் காட்சி தருகிறார், அவர் பக்தர்களுக்கு எப்படி அருள்பாலிக்கிறார் என்பதை விவரிக்கும் விதமாக ஸ்ரீவேங்கடேஸ்வர ஸ்தோத்-திரம் அமைந்துள்ளது.

ஸ்ரீ வேங்கடேச பிரபத்தி

இறைவன் ஒருவனே தனக்கு கதியென்று அவன் திருவடி-களில் தஞ்சம் புகும் அடைக்கல நெறியே "பிரபத்தி வழி-

பாடு" எனப்படுகிறது. கர்ம, ஞான, பக்தி யோகங்களுக்-
குச் சில நியமங்கள், அதாவது கட்டுப்பாடுகள் இருப்பதால்,
அவை செய்வதற்கு சற்று சிரமமானவை. பிரபத்தி வழிபாடே
எல்லோராலும் செய்வதற்கு சுலபமானது, மேலும் எளியது.
ஆழ்வார்கள் தம் பாசுரங்களில் பிரபத்தி வழிபாடு பற்றியே
மிகவும் வலியுறுத்திப் பாடியுள்ளனர். இந்த வழிபாட்டு முறை
"சரணாகதி, பரந்யாசம், பரசமர்ப்பணம்" என்ற பெயர்களா-
லும் அழைக்கப்படுகிறது.

தனக்கு வேறுபுகலிடமற்ற, திக்கற்ற நிலையையும், தன்-
னைக் காத்துக்கொள்ளக்கூடிய செயலற்ற நிலையையும்
நினைத்து இறைவனைச் சரணடைவதே பிரபத்தி வழிபா-
டாகும். மற்ற வழிபாட்டு முறைகளில், வழிபடுதலும் அதன்
பயனும் வேறுவேறாக உள்ளன. ஆனால், இந்த பிரபத்தி
வழிபாட்டு முறையில், இரண்டும் ஒன்றாக அமைந்துள்ளன.
இது, கை, கால் முதலிய உறுப்புக்களால் செய்யப்படுவது
அன்று. இறைவன் நம்மைக் கைவிட மாட்டான் என்னும்
திடமான எண்ணமே இதற்கு அடிப்படை. என்னைக் காத்த-
ருள வேண்டிய பொறுப்பு, உன்னைச் சார்ந்ததாதலால் உன்-
னைத் தவிர என்னால் ஆவது ஒன்றுமில்லை என்னும் திட-
மான எண்ணத்துடன் அவன் காலைக் கட்டிக்கொள்வதே
இதன் மூலக்கருத்தாகும்.

பக்தி வழிபாட்டை குரங்குக்குட்டிக்கும், பிரபத்தி வழி-
பாட்டை பூனைக்குட்டிக்கும் ஒப்பிடலாம். தாய்குரங்கு மரத்-
துக்கு மரம் தாவும் போது குட்டிக்குரங்கு தாயின் உடலை
இறுக்கமாகப் பற்றிக் கொள்ளும். தாய்க்குரங்கு தன்னை
விட்டுவிடாது என்ற நம்பிக்கை இருந்தாலும், தன் கைக-
ளால் தாயின் உடலை இறுகப் பற்றிக்கொள்ளும். அதாவது,

சிறிதாவது குட்டிக்குரங்கு தன்னை நம்புகிறது. பக்தி வழி-
பாட்டு முறையில், இறைவனை நம்புவதோடு மட்டுமல்லா-
மல், தன்னம்பிக்கையும் கொண்டு வாழ்வதாகும். ஆனால்,
பிரபத்தி வழிபாட்டு முறையில், தாய்ப்பூனை எங்கு சென்-
றாலும் குட்டிப்பூனையைத் தன் வாயில் கவ்விக் கொண்டு
செல்லும். இதற்காக குட்டிப்பூனை எந்த முயற்சியும் எடுப்-
பதில்லை. அதாவது, தன்னை முழுவதுமாகத் தன் தாயிடம்
ஒப்படைத்து விட்டது. அதேபோல், இறைவனிடம் தன்னை
முழுவதுமாக ஒப்படைத்து விட்டு அனைத்தையும் அவர்
பார்த்துக்கொள்வார் என்று அவரை முழுவதுமாகச் சரணா-
கதி அடைவதே பிரபத்தி வழிபாடாகும்.

ஸ்ரீ வெங்கடேச மங்களாஸாசனம்

"மங்களாசாசனம்" என்பது இந்த உலக மக்களுக்கும், நமக்-
கும் நன்மையே நடைபெற, மங்களம் பெருக பரம்பொருளா-
கிய இறைவனை வேண்டுதல் என்று பொருள்படும். இந்த
வழிபாடு எல்லா கோவில்களிலும், நிகழ்ச்சிகளிலும், ஆழ்-
வார்களாலும், பெரியோர்களாலும் கடைபிடிக்கப்பட்டுள்ளது.
எல்லா வழிபாடு மற்றும் நிகழ்ச்சிகளின் இறுதியில் "மங்-
களாசாசனம்" பாடுவது என்பது ஒரு சிறப்பான மரபாகும்.
நேர்மறை எண்ணங்களை அடியவர் மனதில் உருவாக்கு-
வது மட்டுமல்லாது, பரம்பொருளாகிய இறைசக்தி நம்மை
எப்போதும் நம்முடன் இருந்து, நம்மைக் காப்பதை நமது
மனதில் உறுதி செய்கிறது. இதனால் தெய்வ நம்பிக்கை
மேலும் வளர்ந்து "இறைவனின் அருட்பேராற்றல்" எங்கும்
நிறைகிறது.

இந்த நூலில் கூறப்பட்டுள்ள கருத்துக்கள் பல்வேறு நூல்களில் இருந்தும், இணையத்தில் இருந்தும் தொகுக்கப்-பட்டவை. இந்த சுப்ரபாத இசைப்பாடல்களின் பொருளில் எதாவது குற்றங்கள் இருந்தால், அவை என்னால் உருவா-னவையே என்பதையும், அவைகளை கற்றறிந்த சமஸ்கிருத ஆசிரியர்களும், தமிழ் அறிஞர்களும், ஞானியர்களும், அடி-யவர்களும் மன்னிக்க வேண்டுகிறேன்.

இந்த ஒப்பற்ற பொக்கிஷமான ஸ்ரீ வேங்கடேச சுப்ர-பாதத்தை சரியாக உச்சரித்துப் பாராயணம் செய்ய இதனை ஆங்கிலத்திலும் இந்த புத்தகத்தின் பிற்பகுதியில் கொடுத்து இருக்கிறேன்.

இக்கலியுகத்தின் கண்கண்ட தெய்வமான ஸ்ரீவேங்க-டேஸ்வரரின் திருவருளால், இந்த சக்தி வாய்ந்த ஸ்ரீவேங்-கடேச சுப்ரபாதத்தைக் கற்றுணர்ந்து தினமும் அதிகாலை வேளையில் பாடுபவர்களும், கேட்பவர்களும் ஆனந்த வாழ்-வும், ஐஸ்வர்யமும், எல்லா நலன்களும் பெற்று வாழ வேண்டி விழைகின்றேன்.

திருவேங்கடநாதரின் தெய்வீகத் திருப்பொற்பாதங்களே, சரணம்! சரணம்! சரணம்!

இவ்வண்ணம்,
Dr.R.பிரகாசம்,
கோயமுத்தூர்.
Mobile: 9976288830, 9047377977
E mail: prakasamtexpark@gmail.com

1. ஸ்ரீ வேங்கடேச சுப்ரபாதம்

ஸ்ரீ வேங்கடேச சுப்ரபாதம்

கௌசல்யா சுப்ரஜா ராம

பூர்வா ஸந்த்யா ப்ரவர்த்ததே |

உத்திஷ்ட நரஸார்தூல

கர்த்தவ்யம் தைவமாஹ்னிகம் || 1 ||

உத்திஷ்டோத்திஷ்ட கோவிந்த

உத்திஷ்ட கருடத்வஜ |

உத்திஷ்ட கமலாகாந்தா

த்ரைலோக்யம் மங்களம் குரு || 2 ||

மாதஸ் ஸமஸ்த ஜகதாம் மது கைடபாரே

வக்ஷோ விஹாரிணி மனோஹர திவ்ய மூர்த்தே |

ஸ்ரீ ஸ்வாமினி ச்ரிதஜன ப்ரியதான சீலே

ஸ்ரீ வேங்கடேசதயிதே தவ சுப்ரபாதம் || 3 ||

தவ சுப்ரபாதம் அரவிந்த லோசனே

பவது பிரசன்ன முக சந்திர மண்டலே |

விதி சங்கரேந்திர வனிதாபிர் அர்ச்சிதே

விருஷ சைலநாத தயிதே தயாநிதே || 4 ||

அத்ரியாதி சப்தரிஷயஸ் ஸமுபாஸ்ய ஸந்த்யாம்

ஆகாசஸிந்து கமலானி மனோஹரானி ||

ஆதாய பாதயுகம் அர்ச்சயிதும் ப்ரபன்னா

சேஷாத்ரி சேகரவிபோ தவ சுப்ரபாதம் || 5 ||

பஞ்சானன ஆப்ஜபவ ஷண்முக வாஸவாத்யா
த்ரைவிக்ரமாதி சரிதம் விபுதா ஸ்துவந்தி ||
பாஷாபதி படதி வாஸரசுத்தி மாராத்
சேஷாத்ரி சேகரவிபோ தவ ஸுப்ரபாதம் || 6 ||
ஈஷத் ப்ரபுல்ல ஸரஸீருஹ நாரிகேள
பூகத்ருமாதி ஸுமனோஹர பாலிகானாம் |
ஆவாதி மந்தமனில ஸக திவ்யகந்தை
சேஷாத்ரி சேகரவிபோ தவ ஸுப்ரபாதம் || 7 ||
உந்மீல்ய நேத்ரயுக முத்தம பஞ்ஜரஸ்தா
பாத்ரா வசிஷ்ட கதளீபல பாயஸானி |
புக்த்வா ஸலீலமத கேலிஸுகா: படந்தி
சேஷாத்ரி சேகரவிபோ தவ ஸுப்ரபாதம் || 8 ||
தந்த்ரீ ப்ரகர்ஷ மதுர ஸ்வநயா விபஞ்ச்யா
காயத்ய நந்த சரிதம் தவ நாரதோபி |
பாஷாசமக்ர மஸக்ருத்கரசார ரம்யம்
சேஷாத்ரி சேகரவிபோ தவ ஸுப்ரபாதம் || 9 ||
ப்ருங்காவலீச மகரந்த ரஸானுவித்த
ஐங்காரகீத நினதைஸ்ஸக ஸேவனாய |
நிர்யாத்யு பாந்த ஸரஸீ கமலோதரேப்ய
சேஷாத்ரி சேகரவிபோ தவ ஸுப்ரபாதம் || 10 ||
யோஷாகணேன வரதத்னி விமத்யமானே
கோசாலயேஷூ ததிமந்தத தீவ்ர கோஷா |
ரோஷாத் கலிம் விதததே ககுபச்ச கும்பா
சேஷாத்ரி சேகரவிபோ தவ ஸுப்ரபாதம் || 11 ||
பத்மேசமித்ர சதபத்ர கதாலிவர்கா
ஹர்த்தும் ச்ரியம் குவலயஸ்ய நிஜாங்கலக்ஷ்ம்யா |
பேரீ நிநாதமிவ பிப்ரதி தீவ்ர நாதம்

சேஷாத்ரி சேகரவிபோ தவ சுப்ரபாதம் || 12 ||
ஸ்ரீ மந் அபீஷ்ட வரதாகில லோகபந்தோ
ஸ்ரீ ஸ்ரீநிவாச ஜகதேக தயைக ஸிந்தோ |
ஸ்ரீ தேவதாக்ருஹ புஜாந்தர திவ்ய மூர்த்தே
ஸ்ரீ வேங்கடாசலபதே தவ சுப்ரபாதம் || 13 ||
ஸ்ரீ சுவாமி புஷ்கரிணி காப்லவ நிர்மலாங்கா
ச்ரேயோர்த்திநோ ஹரவிரிஞ்சி ஸனந்தநாத்யா |
த்வாரே வசந்தி வரவேத்ர ஹதோத்தமாங்கா
ஸ்ரீ வேங்கடாசலபதே தவ சுப்ரபாதம் II 14 II
ஸ்ரீ சேஷசைல கருடாசல வேங்கடாத்ரி
நாராயணாத்ரி வ்ருஷபாத்ரி வ்ருஷாத்ரி முக்யாம் |
ஆக்யாம் த்வதீய வஸதேரநிசம் வதந்தி
ஸ்ரீ வேங்கடாசலபதே தவ சுப்ரபாதம் || 15 ||
சேவாபரா: சிவ சுரேஷ க்ருசானு தர்ம
ரக்ஷாம்பு நாத பவமான தனாதி நாதா |
பத்தாஞ்ஜலி ப்ரவிலசந் நிஜ சீர்ஷ தேசா:
ஸ்ரீ வேங்கடாசலபதே தவ சுப்ரபாதம் || 16 ||
தாடிஷஇதே விஹகராஜ மிருகாதிராஜ
நாகாதிராஜ கஜராஜ ஹயாதி ராஜா |
ஸ்வஸ்வாதிகார மஹிமாதிக மர்த்தயந்தே
ஸ்ரீ வேங்கடாசலபதே தவ சுப்ரபாதம் || 17 ||
ஸூர்யேந்து பௌம புத வாக்பதி காவ்யஸௌரி
ஸ்வர்பானு கேது திவிஷத்பரிஷத் ப்ரதானா |
த்வத்தாஸ தாஸ சரமாவதிதாஸ தாஸா
ஸ்ரீ வேங்கடாசலபதே தவ சுப்ரபாதம் || 18 ||
த்வத் பாத தூளிபரிதஸ்புரிதோத்தமாங்கா
ஸ்வர்காபவர்க நிரபேக்ஷ நிஜாந்தரங்கா |

கல்பகமா கலனாயாகுலதாம் லபந்தே
ஸ்ரீ வேங்கடாசலபதே தவ சுப்ரபாதம் || 19 ||
த்வத் கோபுராக்ர சிகராணி நிரீக்ஷமாணா
ஸ்வர்காபவர்க பதவீம், பரமாம் ச்ரயந்த |
மர்த்யா மனுஷ்ய புவனே, மதி மாச்ரயந்தே
ஸ்ரீ வேங்கடாசலபதே தவ சுப்ரபாதம் || 20 ||
ஸ்ரீ பூமிநாயக தயாதிகுணாம்ருதாப்தே
தேவாதிதேவ ஜகதேக சரண்யமூர்த்தே |
ஸ்ரீமந் அனந்த கருடாதிபிரர்ச்சிதாங்க்ரே
ஸ்ரீ வேங்கடாசலபதே தவ சுப்ரபாதம் || 21 ||
ஸ்ரீ பத்மநாப புருஷோத்தம வாசுதேவ
வைகுண்ட மாதவ ஜனார்த்தன சக்ரபாணே |
ஸ்ரீ வத்ஸ சிஹ்ன சரணாகத பாரிஜாத
ஸ்ரீ வேங்கடாசலபதே தவ சுப்ரபாதம் || 22 ||
கந்தர்ப்பதர்ப்பஹர சுந்தர திவ்ய மூர்த்தே
காந்தாகுசாம்புருஹகுட்மல லோலத்ருஷ்டே |
கல்யாண நிர்மல குணாகர திவ்ய கீர்த்தே
ஸ்ரீ வேங்கடாசலபதே தவ சுப்ரபாதம் || 23 ||
மீனாக்ருதே கமடகோல ந்ருசிம்மவர்ணிந்
ஸ்வாமிந் பரஸ்வத தபோதன ராமசந்திர |
சேஷாம்சராம யது நந்தன கல்கி ரூப
ஸ்ரீ வேங்கடாசலபதே தவ சுப்ரபாதம் || 24 ||
ஏலாலவங்க கனசார சுகந்தி தீர்த்தம்
திவ்யம் வியத்ஸரிதி ஹேம கடேஷு பூர்ணம் |
த்ருத்வாத்ய வைதிகசிகாமணய ப்ருஹ்ருஷ்டா
திஷ்டந்தி வேங்கடபதே தவ சுப்ரபாதம் || 25 ||

பாஸ்வான் உதேதி விகசானி சரோருகானி
சம்பூரயந்தி நினதை ககுபோ விகங்கா |
ஸ்ரீவைஷ்ணவா சததம் அர்த்தித மங்களாஸ்தே
தாமாச்ரயந்தி தவ வேங்கட சுப்ரபாதம் || 26 ||
பிரம்மா ஆதய சுரவரா ஸமகர்ஷயஸ்தே
சந்தஸ் சனந்தனமுகாஸ்தவ யோகிவர்யா |
தாமாந்திகே தவஹி மங்கள வஸ்து ஹஸ்தா
ஸ்ரீ வேங்கடாசலபதே தவ சுப்ரபாதம் || 27 ||
லஷ்மீ நிவாச நிரவத்ய குணைக சிந்தோ
சம்சார சாகர சமுத்தரணைகசேதோ |
வேதாந்த வேத்ய நிஜ வைபவ பக்த போக்ய
ஸ்ரீவேங்கடாசலபதே தவ சுப்ரபாதம் || 28 ||
இத்தம் விருஷாசலபதே இக சுப்ரபாதம்
யே மானவா ப்ரதி தினம் படிதும் ப்ரவிருத்தா |
தேஷாம் பிரபாத சமயே, ஸ்மிருதிரங்கபாஜாம்
பிரஜ்ஞாம் பரார்த்த சுலபாம் பரமாம் ப்ரஸூதே || 29 ||

ஸ்ரீ வேங்கடேச ஸ்தோத்திரம்

கமலா குசசூசுக குங்குமதோ
நியதாருணிதாதுல நீலதனோ |
கமலாயத லோசன லோக பதே
விஜயீபவ வேங்கடசைலபதே || 1 ||
ஸசதுர்முக சண்முக பஞ்சமுக
பிரமுகாகில தைவத மௌலி மணே |
சரணாகத வத்சல சாரநிதே
பரிபாலயமாம் விருஷ சைலபதே || 2 ||

அதிவேலதயா தவ துர்விஷஹை
அனுவேல க்ருதைர் அபராத சதை |
பரிதம் த்வரிதம் வ்ருஷ சைலபதே
பரயா க்ருபயா பரிபாஹி ஹரே || 3 ||

அதி வேங்கட சைலம் உதாரமதே
ஜன தாபி மதாதிக தானரதாத் |
பரதேவ தயா கதி தாந் நிகமை:
கமலா தயிதாந் ந பரம் கலயே || 4 ||

கலவேணு ரவாவ சதகோப வதூ
சதகோடி வ்ருதாத் ஸ்மர கோடி ஸமாத் |
ப்ரதி வல்லவிகா அபி மதாத் சுகதாத்
வசுதேவசுதாந் ந பரம் கலயே || 5 ||

அபிராம குணாகர தாசரதே
ஜகதேக தனுர்தர தீரமதே |
ரகுநாயக ராம ரமேச விபோ
வரதோ பவ தேவ தயாஜலதே || 6 ||

அவனி தனயா கமநீய கரம்
ரஜனீகர சாரு முக அம்புருஹம் |
ரஜனீசர ராஜ தமோ மிகிரம்
மகனீயம் அகம் ரகுராமமயே || 7 ||

ஸௌமுகம் ஸௌஹ்ருதம் ஸௌலபம் ஸௌகதம்
ஸ்வனுஜம் ச ஸௌகாயம் அமோகசரம் |
அபஹாய ரகூத்வகம் அன்யம் அகம்
ந கதஞ்சன கஞ்சன ஜாது பஜே || 8 ||

வினா வேங்கடேசம் ந நாதோ ந நாத
சதா வேங்கடேசம் ஸ்மராமி ஸ்மராமி |
ஹரே வேங்கடேச ப்ரஸீத ப்ரஸீத

ப்ரியம் வேங்கடேச ப்ரயச்ச ப்ரயச்ச || 9 ||
அகம் தூரதஸ்தே பதாம்போஜ யுக்ம
ப்ரணாம் இச்சய ஆகத்ய சேவாம் கரோமி |
ஸக்ருத் சேவயா நித்யசேவா பலம் த்வம்
ப்ரயச்ச ப்ரயச்ச ப்ரபோ வேங்கடேச || 10 ||
அக்ஞானினா மயா தோஷான்
அசேஷாந் விகிதான் ஹரே |
க்ஷமஸ்வ த்வம் க்ஷமஸ்வ த்வம்
சேஷ சைல சிகாமணே || 11 ||

ஸ்ரீ வேங்கடேச பிரபத்தி

ஈஸானாம் ஜகதோஸ்ய வேங்கடபதேர்
விஷ்ணோ பராம் ப்ரேயஸீம்
தத்வக்ஷஸ் ஸ்தல நித்ய வாஸரஸிகாம்
தத்க்ஷாந்தி ஸம்வர்தினீம் |
பத்மாலங்க்ருத பாணிபல்லவ யுகாம்
பத்மாஸ நஸ்தாம் ஸ்ரியம்
வாத்ஸல்யாதி குணோஜ்வலாம் பகவதீம்
வந்தே ஜகன்மாதரம் || 1 ||
ஸ்ரீமந் க்ருபாஜலனிதே க்ருதஸர்வலோக
ஸர்வஜ்ஞு ஸக்த நதவத்ஸல ஸர்வஸேஷின் |
ஸ்வாமின் ஸுஸீல ஸுலபாஸ்ரித பாரிஜாத
ஸ்ரீவேங்கடேச சரணௌ சரணம் ப்ரபத்யே || 2 ||
ஆனுபுரார்பித ஸுஜாத ஸுகந்தி புஷ்ப
ஸௌரப்ய ஸௌரபகரௌ ஸமஸன்னிவேஸௌ |
ஸௌம்யௌ ஸதானுபவனேபி நவானுபாவ்யௌ

ஸ்ரீவேங்கடேச ஸரணௌ ஸரணம் ப்ரபத்யே || 3 ||
ஸத்யோவிகாஸி ஸமுதித்வர ஸாந்த்ரராக
ஸெளரப்ய நிர்பர ஸரோருஹ ஸாம்யவார்தாம் |
ஸம்யக்ஷு ஸாஹஸபதேஷு விலேகயந்தெள
ஸ்ரீவேங்கடேச ஸரணௌ ஸரணம் ப்ரபத்யே || 4 ||
ரேகாமய த்வஜ ஸூதா கலஸாதபத்ர
வஜ்ராம்குஸாம்புருஹ கல்பக ஸங்கசக்ரை |
பவ்யைரலம்க்றுததலௌ பரதத்வ சிஹ்னை
ஸ்ரீவேங்கடேச ஸரணௌ ஸரணம் ப்ரபத்யே || 5 ||
தாம்ரோதரத்யுதி பராஜித பத்மராகௌ
பாஹ்யைர் மஹோபிரபிபூத மஹேந்த்ர நீலௌ |
உத்யந்நகாம்ஸூபி ருதஸ்த சஸாங்க பாஸௌ
ஸ்ரீவேங்கடேச ஸரணௌ ஸரணம் ப்ரபத்யே || 6 ||
ஸப்ரேமபீதி கமலா கரபல்லவாப்யாம்
ஸம்வாஹநேபி ஸபதி க்லம மாததானௌ |
காந்தாவவாங்மானஸ கோசர ஸெளகுமார்யௌ
ஸ்ரீவேங்கடேச ஸரணௌ ஸரணம் ப்ரபத்யே || 7 ||
லக்ஷ்மீமஹீ ததநுரூபநிஜாநுபாவ
நீலாதி திவ்ய மஹிஷீ கரபல்லவாநாம் |
ஆருண்யஸங்க்ரமணதகில ஸாந்த்ர ராகௌ
ஸ்ரீவேங்கடேச ஸரணௌ ஸரணம் ப்ரபத்யே || 8 ||
நித்யாநமத்விதி ஸிவாதி கிரீடகோடி
ப்ரத்யுப்த தீப்த நவரத்ந மஹப்ரரோஹை |
நீராஜநாவிதி முதார முபாததாநௌ
ஸ்ரீவேங்கடேச ஸரணௌ ஸரணம் ப்ரபத்யே || 9 ||
"விஷ்ணோ பதே பரம" இத்யுதிதப்ரஸம்ஸௌ
யௌ "மத்வ உத்ஸ" இதி போக்யதயாப்யுபாத்தௌ |

பூயஸ்தேதி தவ பாணிதல ப்ரதிஷ்டௌ
ஸ்ரீவேங்கடேச சரணௌ சரணம் ப்ரபத்யே || 10 ||
பார்த்தாய தத்ஸத்ருஸ ஸாரதினா த்வயைவ
யௌ தர்ஸிதௌ ஸ்வசரணௌ சரணம் வ்ரஜேதி |
பூயோபி மஹ்யமிஹ தௌ கரதர்ஸிதௌ தே
ஸ்ரீவேங்கடேச சரணௌ சரணம் ப்ரபத்யே || 11 ||
மந்மூர்த்னி காளியபனே விகடாடவீஷு
ஸ்ரீவேங்கடாத்ரி ஸிகரே ஸிரஸி ஸ்ருதீனாம் |
சித்தேப்யநந்ய மனஸாம் ஸமமாஹிதௌ தே
ஸ்ரீவேங்கடேச சரணௌ சரணம் ப்ரபத்யே || 12 ||
அம்லான ஹ்ருஷ்ய தவனீதல கீர்ண புஷ்பௌ
ஸ்ரீவேங்கடாத்ரி ஸிகராபரணாயமானௌ |
ஆனந்திதாகிலமனோ நயனௌ தவைதௌ
ஸ்ரீவேங்கடேச சரணௌ சரணம் ப்ரபத்யே || 13 ||
ப்ராய ப்ரபன்ன ஜனதா ப்ரதமாவகாஹ்யௌ
மாது ஸ்தனாவிவ ஸிஸோர ம்ருதாயமானௌ |
ப்ராப்தௌ பரஸ்பர துலாமதுலாந்தரௌ தே
ஸ்ரீவேங்கடேச சரணௌ சரணம் ப்ரபத்யே || 14 ||
ஸத்வோத்தரைஸ்ஸதத ஸேவ்ய பதாம்புஜேன
ஸம்ஸார தாரக தயார்த்ர த்ருகஞ்சலேன |
ஸௌம்யயௌபயந்த்ரு முனினா மம தர்ஸிதௌ தே
ஸ்ரீவேங்கடேச சரணௌ சரணம் ப்ரபத்யே || 15 ||
ஸ்ரீஸ ஸ்ரியா கடிகயா த்வதுபாய பாவே
ப்ராப்யே த்வயி ஸ்வயமுபேயதயா ஸ்புரந்த்யா |
நித்யா ஸ்ரிதாய நிரவத்ய குணாய துப்யம்
ஸ்யாம் கிங்கரோ வ்ருஷகிரீஸ ந ஜாது மஹ்யம் || 16 ||

ஸ்ரீ வெங்கடேச மங்களாஸாசனம்

ஸ்ரீய காந்தாய கல்யாண நிதயே நிதயேர்தினாம் |
ஸ்ரீவேங்கட நிவாஸாய ஸ்ரீனிவாஸாய மங்களம் || 1 ||
லக்ஷ்மீ ஸவிப்ரமாலோக ஸௌப்ரூ விப்ரம சக்ஷுஷே |
சக்ஷுஷே ஸர்வலோகானாம் வேங்கடேஸாய மங்களம் || 2 ||
ஸ்ரீவேங்கடாத்ரி ஸ்ருங்காக்ர மங்களாபரணாங்க்ரயே |
மங்களானாம் நிவாஸாய வேங்கடேஸாய மங்களம் || 3 ||
ஸர்வாவயவ ஸௌந்தர்ய ஸம்பதா ஸர்வசேதஸாம் |
ஸதா ஸம்மோஹனாயாஸ்து வேங்கடேஸாய மங்களம் || 4 ||
நித்யாய நிரவத்யாய ஸத்யானந்த சிதாத்மனே |
ஸர்வாந்தராத்மனே ஸ்ரீமத் வேங்கடேஸாய மங்களம் || 5 ||
ஸ்வத ஸர்வவிதே ஸர்வ ஸக்தயே ஸர்வஸேஷிணே |
ஸௌலபாய ஸுஸீலாய வேங்கடேஸாய மங்களம் || 6 ||
பரஸ்மை ப்ரஹ்மணே பூர்ணகாமாய பரமாத்மனே |
ப்ரயுஞ்ஜே பரதத்வாய வேங்கடேஸாய மங்களம் || 7 ||
ஆகாலதத்வ மஸ்ராந்த மாத்மனா மனுபஸ்யதாம் |
அத்ருப்த்யம்ருதரூபாய வேங்கடேஸாய மங்களம் || 8 ||
ப்ராய ஸ்வசரணௌ பும்ஸாம் ஸரண்யத்வேன பாணினா |
க்ருபயாதிஸதே ஸ்ரீமத் வேங்கடேஸாய மங்களம் || 9 ||
தயாம்ருத தரங்கிண்யா ஸ்தரங்கைரிவ ஸீதலை |
அபாங்கை ஸிஞ்சதே விஸ்வம் வேங்கடேஸாய மங்களம் ||10||
ஸ்ரக்பூஷாம்பர ஹேதீனாம் ஸுஷமாவஹ மூர்தயே |
ஸர்வார்த்தி ஸமனாயாஸ்து வேங்கடேஸாய மங்களம் || 11 ||
ஸ்ரீவைகுண்ட விரக்தாய ஸ்வாமி புஷ்கரிணீதடே |
ரமயா ரமமாணாய வேங்கடேஸாய மங்களம் || 12 ||

ஸ்ரீமத் ஸௌந்தரஜாமாத்ருமுனி மானஸ வாஸினே |
ஸர்வலோக நிவாஸாய ஸ்ரீனிவாஸாய மங்களம் || 13 ||
மங்களாஸாஸனபரை மதாசார்ய புரோகமை |
ஸர்வைஸ்ச பூர்வைராசார்யை ஸத்க்ருதாயாஸ்து மங்களம் ||14||

2. ஸ்ரீ வேங்கடேச சுப்ரபாதம்

|| 1 ||

கௌசல்யா சுப்ரஜா ராம
பூர்வா ஸந்த்யா ப்ரவர்த்ததே |
உத்திஷ்ட நரஸார்தூல
கர்த்தவ்யம் தைவமாஹ்னிகம் ||

சொற்களின் விளக்கம்

கௌசல்யா - ஸ்ரீராமபிரானின் அன்னை. இவர் கோசலை நாட்-
டைச் சேர்ந்தவர் ஆனதால் கௌசல்யா (கோசலை) என்ற பெயர்
பெற்றார்

சுப்ரஜா - உத்தமமான உயர்குடிப் பெண் (புனிதவதி)

ராம - ஸ்ரீராமபிரானே

பூர்வா ஸந்த்யா - "ஸந்த்யா" என்பது சூரியன் உதிக்கும் மற்றும்
அஸ்தமனமாகும் நேரம். "பூர்வா" என்பது கிழக்கு - திசை -
ஆனதால் சூர்ய உதயத்தைக் குறிக்கின்றது

ப்ரவர்த்ததே - (about to set in) ஆரம்பமாகின்றது / உதய-
மாகின்றது

உத்திஷ்ட - எழுந்தருள்வீர்

நரஸார்தூல - "நர" என்பது மனிதன்.

- "ஸார்தூல" என்பது சிங்கம்.

- மனிதருள் சிங்கம் போன்றவர்

கர்த்தவ்யம் - "கர்" என்பது செய்வது - செய்வாயாக

தைவமாஹ்னிகம் - தெய்வம் ஆஹ்னிகம்

- "ஆஹ்னிகம்" என்பது திருச்சடங்குகள்

- தெய்வீகத் திருச்சடங்குகள்

தெளிவுரை

புனிதவதி கௌசல்யா தேவியின் திருமகனான ஸ்ரீராமபிரானே, அதிகாலை சூரிய உதயம் கிழக்கில் ஆரம்பமாகின்றது. மனிதருள் சிங்கம் போன்றவரே, தெய்வீகத் திருச்சடங்குகள் செய்வதற்காக எழுந்தருள்வீர்!

கருத்துரை

இந்தப் பாடல் வால்மீகி இராமாயணத்தில் பால காண்டத்தில் 23-ஆம் அதிகாரத்தில் உள்ளது. ஸ்ரீஇராமரும், ஸ்ரீஇலட்சுமண- ரும் விசுவாமித்திர முனிவரால் தசரத மன்னனிடம் தன்னுடைய தவத்தை அரக்கர்களிடமிருந்து காப்பதற்காக அழைத்துவரப்படு- கின்றனர். நீண்ட தூரம் நடந்து வந்த களைப்பால் இருவரும் கங்கை நதிக்கரையில் புல்வெளியில் படுத்து அயர்ந்து உறங்கிக் கொண்டுள்ளனர். விசுவாமித்திர முனிவர் அதிகாலையில் முத- லில் எழுந்து எல்லாச் சடங்குகளையும் முடித்து விட்டு ஸ்ரீஇராம- பிரானை இப்பாடலால் எழுப்புகின்றார்.

இந்தப் பாடல் "யோக நித்திரையில்" இருக்கும் ஸ்ரீமகா விஷ்- ணுவை எழுப்புவதற்காக இங்கு பாடப்பட்டுள்ளது.

இது ஸ்ரீமகா விஷ்ணுவின் ஏழாவது அவதாரமாகிய இராமாவ-
தாரத்தைக் குறிப்பிட்டு ஸ்ரீ வேங்கடேஸ்வர சுப்ரபாதத்தின் முதல்
பாடலாக அண்ணங்காச்சாரியார் அலங்கரித்துள்ளார். திருமலை-
யில் எழுந்தருளியுள்ள அர்ச்சவதார மூர்த்தியான ஸ்ரீவேங்க-
டேஸ்வரர் ஸ்ரீஇராமபிரானே என்பதைத் தெளிவுபடுத்துகிறார். ஸ்ரீ-
வேங்கட நாதர் தனது இடது கை இடையில் உள்ள நிலையானது
அந்தக் கை ஏதோ ஒரு காலத்தில் ஒரு வில்லைப் பிடித்திருக்க
வேண்டும் என்று கருதப்படுகின்றது.

|| 2 ||

உத்திஷ்டோத்திஷ்ட கோவிந்த
உத்திஷ்ட கருடத்வஜ |
உத்திஷ்ட கமலாகாந்தா
த்ரைலோக்யம் மங்களம் குரு ||

சொற்களின் விளக்கம்

உத்திஷ்டோத்திஷ்ட - எழுந்தருள்வீர், எழுந்தருள்வீர்
கோவிந்த - (1) பசுக்களைக் காக்கும் மேய்ப்பவன் போல் இந்த
உலக உயிர்களைக் காப்பதால் ''கோவிந்தன்''
(2) தேவர்களையும், அனைத்து தெய்வங்களையும் காத்ததால்
''கோவிந்தன்''
(3) வேதவாக்கான ''கோ''வை அறிந்ததால் ''கோவிந்தன்''.
''கோ'' என்றால் சப்தம். வேதம் சப்தப் பிரமாணம் ஆகும்.
வார்த்தைகளால் பிரம்மத்தை அறிய வைப்பது.
உத்திஷ்ட - எழுந்தருள்வீர்

கருடத்வஜ - கருட + த்வஜ

- "த்வஜ" என்றால் கொடி

- கருடக்கொடியைக் கொண்டவர்

உத்திஷ்ட - எழுந்தருள்வீர்

கமலாகாந்தா - "கமலா" - தாமரை மலரில் அமர்ந்துள்ள ஸ்ரீ-
தேவி

- "காந்த" - மனதைக் கவர்ந்தவர்

- ஸ்ரீதேவியின் மனதைக் கவர்ந்தவர்

த்ரைலோக்யம் - "த்ரை" என்றால் மூன்று

- "லோக்யம்" என்றால் உலகம்

- மூன்று உலகங்களுக்கும்

மங்களம் குரு - மங்களங்களைக் கொடுக்க

தெளிவுரை

எழுந்தருள்வீர், எழுந்தருள்வீர், கருடக்கொடியைக் கொண்டவரே,
கோவிந்தனே! தாமரை மலரமர்ந்த திருமகள் ஸ்ரீதேவியின்
மனதைக் கவர்ந்தவரே, எழுந்தருள்வீர்! மூன்று உலகங்களுக்கும்
மங்களங்களைக் கொடுக்க எழுந்தருள்வீர்!

கருத்துரை

இது ஸ்ரீமகா விஷ்ணுவின் எட்டாவது அவதாரமாகிய கிருஷ்ணா-
வதாரத்தைக் குறிப்பிட்டு இரண்டாவது பாடலாக அமைக்கப்பட்-
டுள்ளது.
தெய்வங்களை கொடியின் பெயரால் அழைப்பது வழக்கம். திரு-
மாலை கருடக்கொடியோன் என்றும், சிவனை ரிஷபக்கொடி-

யோன் என்றும், முருகனை சேவற்கொடியோன் என்றும் அழைப்-
பர்.

செல்வத்தின் அம்சமாக விளங்கும் தெய்வம் மகாலட்சுமி. மலர்-
களில் சிறந்தது தாமரை. தாமரை செல்வத்தைக் கொடுக்கும்.
திருமகளுக்குரிய இடம் தாமரை. திருமகள் திருமாலின் மார்பில்
உறைகிறாள். திருமகள் ஸ்ரீதேவியின் மனதைக் கவர்ந்தவராதலால்
திருவுறைமார்பன் ஸ்ரீநிவாசன் என்று திருமாலை அழைப்பர்.
மூவுலகம் என்பது மண்ணுலகம், விண்ணுலகம், பாதாளவுலகம்
ஆகியவற்றைக் குறிக்கும். மூன்று உலகங்களிலும் மங்களங்க-
ளைக் கொடுக்க எல்லா இடங்களிலும் நீக்கமற நிறைந்திருக்கும்
தெய்வமான ஸ்ரீமகா விஷ்ணுவைப் போற்றிப் பாடப்பட்டுள்ளது.

|| 3 ||

மாதா ஸ்ஸமஸ்த ஜகதாம் மது கைடபாரே
வக்ஷோ விஹாரிணி மனோஹர திவ்ய மூர்த்தே |
ஸ்ரீ ஸ்வாமினி ஸ்ரிதஜன ப்ரியதான சீலே
ஸ்ரீ வேங்கடேசதயிதே தவ ஸுப்ரபாதம் ||

சொற்களின் விளக்கம்

மாதா - அன்னையே, தாயே

ஸ்ஸமஸ்த - அனைத்து

ஜகதாம் - உலக உயிர்களின்

மது கைடபாரே - மது + கைடப + ஹாரே

- மது, கைடப என்ற அரக்கர்களைக் கொன்றவரான

வக்ஷா - (related to chest) ஸ்ரீ மகா விஷ்ணுவின் மார்பில் அமர்ந்த

விஹாரிணி - (a woman who tours) அலை மகளான ஸ்ரீ தேவியே

மனோஹர - மனம் கவர்ந்த

திவ்ய மூர்த்தே - எங்கும் நிறைந்த பரம்பொருளான

ஸ்ரீ ஸ்வாமினி - ஸ்ரீ மகா விஷ்ணுவின் தேவியே

ச்ரித - தூய்மையான உள்ளம் கொண்ட

ஜனப்ரியதான சீலே - ஜனப்ரியதான + சீலே

- உலக மக்களிடம் பிரியமான சீர் சீலம் நிறைந்த தேவியே

ஸ்ரீ வேங்கடேசதயிதே - ஸ்ரீ வேங்கடேஸ்வரரின் துணைவியே

தவ - (for you) உங்களுக்கு

சுப்ரபாதம் - இனிய காலைப் பொழுது புலர்கிறது, எழுந்தருள்-வீரே!

தெளிவுரை

அனைத்து உலக உயிர்களின் அன்னையே, மது, கைடப என்ற அரக்கர்களைக் கொன்றவரான ஸ்ரீ மகா விஷ்ணுவின் மார்பில் அமர்ந்த அலை மகளான ஸ்ரீ தேவியே, எங்கும் நிறைந்த பரம்-பொருளான ஸ்ரீ மகா விஷ்ணுவின் மனம் கவர்ந்த எங்கள் மாதாவே, உலக மக்களிடம் பிரியமான, தூய்மையான உள்ளம் கொண்ட சீர் சீலம் நிறைந்த தேவியே, ஸ்ரீ வேங்கடேஸ்வரரின் துணைவியே, தாயே, இனிய காலைப் பொழுது புலர்கிறது, எழுந்-தருள்வீரே!

கருத்துரை

இந்தப் பாடல் ஸ்ரீ மகா விஷ்ணுவின் தேவியான ஸ்ரீமகா லட்சு-
மித் தாயாரைப் போற்றி எழுந்தருள வேண்டுகிறது.

ஒரு சமயம் தன்னால் மட்டுமே இந்த உலகத்தை படைக்க
முடியும் என்கிற ஆணவம் நான்முகனுக்கு வந்தது. ஸ்ரீமஹா
விஷ்ணு நான்முகனின் ஆணவத்தை அழிக்க மது, கைடபர்
என்ற இரண்டு அசுரர்களை அனுப்பினார். இருவரும் பிரம்மா-
வின் கையிலிருந்த வேதத்தை அபகரித்துக் கொண்டு மறைந்து
விட்டனர். கைப்பொருளை இழந்த நான்முகன், படைக்கும் வழி
அறியாது தன் தவறை உணர்ந்து திருமாலிடம் சென்று தன்னை
மன்னித்து தனக்கு வேதங்களை மீட்டுத் தருமாறு வேண்டி நின்-
றார்.

திருமாலும் மனித உடல் அமைப்பில், வெள்ளை குதிரை முகத்-
துடன் (அசுரர்கள் குதிரை முகம் உடையவர்கள் என்பதால்
விஷ்ணுவும் குதிரை முக அவதாரம் எடுத்து) ஹயக்ரீவராக
அவதரித்து, மது கைடபர்களை அழித்து வேதங்களை மீட்டு
பிரம்மனிடம் தந்தார்.

॥ 4 ॥

தவ சுப்ரபாதம் அரவிந்த லோசனே
பவது பிரசன்ன முக சந்திர மண்டலே *I*
விதி சங்கரேந்திர வனிதாபிர் அர்ச்சிதே
விருஷ சைலநாத தயிதே தயாநிதே *II*

சொற்களின் விளக்கம்

தவ சுப்ரபாதம் - தாயே, இனிய காலைப் பொழுது புலர்கிறது

அரவிந்த லோசனே - "அரவிந்தம்" என்றால் தாமரை,

- தாமரை மலர் போன்ற கண்கள் கொண்ட தாயே

பவது - (bhavatu - yes) ஆம், ஆனது

பிரசன்ன முக - பேரழகு முகம் கொண்ட

சந்திர மண்டலே - குளிர்ந்த சந்திரனின் ஒளியைப் போன்ற

விதி சங்கரேந்திர - பிரம்மா, சிவன், இந்திரன் போன்றோரின்

வனிதாபிர் - அழகிய தேவிகளால்

அர்ச்சிதே - அர்ச்சிக்கப்படும் அன்னையே

விருஷ சைலநாத தயிதே - "விருஷப மலை" எனப்படும் திரு-
வேங்கடத்தின் நாதனாகிய ஸ்ரீ மகா விஷ்ணுவின் தேவியே

தயாநிதே - தயாகுணம் கொண்ட எங்கள் தாயே

தெளிவுரை

குளிர்ந்த சந்திரனின் ஒளியைப் போன்ற பேரழகு முகத்துடன் தாமரை மலர் போன்ற கண்கள் கொண்ட தாயே, பிரம்மா, சிவன், இந்திரன் போன்றோரின் தேவிகளான கலைவாணி, அம்பிகை, இந்திராணி போன்ற அழகிய தேவிகளால் அர்ச்சிக்கப்படும் அன்-னையே,

"விருஷப மலை" எனப்படும் திருவேங்கடத்தின் நாதனாகிய ஸ்ரீ மகா விஷ்ணுவின் தேவியே, தயாகுணம் கொண்ட எங்கள் தாயே, இனிய காலைப் பொழுது புலர்கிறது, எழுந்தருள்வீரே!

கருத்துரை

இந்த நான்காவது பாடலும் ஸ்ரீ மகாவிஷ்ணுவின் தேவியான ஸ்ரீ-மகாலட்சுமியைப் போற்றி எழுந்தருள வேண்டி அண்ணங்காச்சா-ரியாரால் பாடப்பட்டுள்ளது.

லட்சக்கணக்கான பக்தர்களால் தினமும் தரிசிக்கப்படும் திருவேங்-கடத்தில் உள்ள மூலவர் திருவுருவச்சிலையானது சுயம்புவாகத் தோன்றியதாக கருதப்படுகிறது. ஸ்ரீ மகாலட்சுமித் தாயாரைத் தன் மார்பில் கொண்டுள்ளதால் ஸ்ரீவேங்கடேஸ்வரர் அனைத்து செல்-வங்களும் அருளும் கலியுகத்தின் கண்கண்ட கடவுளாகக் காட்சி தருகிறார்.

திருவேங்கட மலையில் ஒரு சமயம் விருஷபன் (ரிஷபாசுரன்) என்ற அரக்கன் நரசிம்மரை நினைத்து கடும் தவமிருந்தான். தவத்தில் மகிழ்ந்து ஸ்ரீமகாவிஷ்ணு நரசிம்ம அவதாரமாகவே தோன்றி காட்சி அளித்தார். அப்போது நான் உங்களுடன் சண்-டையிட வேண்டும் என ரிஷபாசுரன் வரமாக கேட்டான். அங்கு ரிஷபாசுரன் நரசிம்மருடன் சண்டையிட்டு மோட்சம் பெற்றான் என்பதால் இந்த மலைக்கு 'விருஷப மலை' என்று பெயர்.

|| 5 ||

அத்ரியாதி சப்தரிஷயஸ் ஸமுபாஸ்ய ஸந்த்யாம்
ஆகாசஸிந்து கமலானி மனோஹரானி |
ஆதாய பாதயுகம் அர்ச்சயிதும் ப்ரபன்னா
சேஷாத்ரி சேகரவிபோ தவ சுப்ரபாதம் ||

சொற்களின் விளக்கம்

அத்ரியாதி - அத்ரி முனிவரோடு

சப்தரிஷயஸ் - சேர்ந்து ஏழு முனிவர்களும் (சப்தரிஷிகள்)

ஸ்துபாஸ்ய - துதிக்கின்றனர்

ஸந்த்யாம் - காலை வந்தனங்களை முடித்து

ஆகாசஸிந்து - ஆகாய கங்கை

கமலானி - தாமரை மலர்களுடன்

மனோஹரானி - மனம் மயங்கி

ஆதாய - (having taken) எடுத்து வந்து

பாதயுகம் அர்ச்சயிதும் - பாதத்தில் அர்ச்சிக்கின்றனர்

ப்ரபன்னா - சரணமடைந்து

சேஷாத்ரி - சேஷாத்ரி மலையின்

சேகர - உச்சியில் எழுந்தருளியுள்ள

விபோ - தெய்வமே

தவ சுப்ரபாதம் - இனிய காலைப் பொழுது புலர்கிறது, எழுந்-
ருள்வீரே!

தெளிவுரை

சப்தரிஷிகள் அவர்களின் தலைவரான "அத்ரி" முனிவருடன்,
தங்கள் காலை வந்தனங்களை முடித்து ஸ்ரீ மகாவிஷ்ணுவான
தங்களின் திருப்பாதங்களில் சரணமடைந்து திருமலையின்
ஆகாய கங்கையில் பூத்த தாமரை மலர்களைச் சமர்ப்பித்து மனம்
மயங்கி நின்று அர்ச்சிக்கின்றனர். சேஷாத்ரி மலையின் உச்சியில்
எழுந்தருளியுள்ள தெய்வமே, இனிய காலைப் பொழுது புலர்கி-
றது, எழுந்தருள்வீரே!

கருத்துரை

இந்தப்பாடல் ரிஷி முனிவர்களின் தலைவர்களான சப்தரிஷிகள் ஸ்ரீ வேங்கடேஷ்வரரைத் துதிப்பதை எடுத்து இயம்புகிறது. வசிஷ்டர், காஷ்யபர், அத்ரி, ஜமதக்கினி, கௌதமர், விசுவா-மித்திரர், பரத்வாஜர் ஆகியோரே சப்தரிஷிகள் எனப்படும் ஏழு முனிவர்கள். இவர்களின் தலைவர் அத்ரி முனிவராவார். இந்த ஏழு முனிவர்களும் நட்சத்திரங்களின் வடிவத்தில் ஆகாயத்தில் ''சப்தரிஷி மண்டலமாக'' எழுந்தருளி உள்ளனர். சூரியனுக்கே சக்தியை அருளும் இவர்களை சூரியன் அனுதினமும் தொழுது வானவீதியில் வலம் வருகிறான். இவர்களை வழிபட்டால் நமக்கும் வலிவும் பொலிவும் ஆரோக்கியமும் ஆயுளும் வளரும் என்-பதோடு செய்த பாவங்கள் எல்லாம் உடனே அகலும் என்று நமது முன்னோர்களால் குறிப்பிடப்பட்டுள்ளது. இன்றும் திரும-ணச் சடங்குகளில் உத்தமத் தம்பதியராய் வாழ்ந்த வசிஷ்டரரை-யும், அவர்தம் மனைவி அருந்ததியையும் நட்சத்திரங்களின் வடி-வத்தில் மணமக்கள் வழிபாடு செய்கின்றனர்.

|| 6 ||

பஞ்சானன ஆப்ஜபவ ஷண்முக வாஸவாத்யா
த்ரைவிக்ரமாதி சரிதம் விபுதா ஸ்துவந்தி |
பாஷாபதி படதி வாஸரசுத்தி மாராத்
சேஷாத்ரி சேகரவிபோ தவ சுப்ரபாதம் ||

சொற்களின் விளக்கம்

பஞ்சானன - ஐந்து முகம் கொண்ட சிவனும்

ஆப்ஜபவ - பாற்கடலில் உதித்த பிரம்மனும்

ஷண்முக - ஆறுமுகம் கொண்ட முருகனும்

வாஸவாத்யா - தேவர்களின் தலைவனான இந்திரனும்

த்ரைவிக்ரமாதி - மூன்றடிகளால் அளந்த வாமன அவதார

சரிதம் - சரித்திரத்தை

விபுதா - கற்றுணர்ந்த ஞானிகளுடன்

ஸ்துவந்தி - சொல்லி மகிழ்கின்றனர்

பாஷாபதி - பிரகஸ்பதியாகிய குருபகவான்

படதி - வாசித்து

வாஸரசுத்தி மாராத் - தினப்பலன் பஞ்சாங்கம் ஓதுகின்றார்

சேஷாத்ரி - சேஷாத்ரி மலையின்

சேகரவிபோ - உச்சியில் எழுந்தருளியுள்ள தெய்வமே

தவ சுப்ரபாதம் - இனிய காலைப் பொழுது புலர்கிறது, எழுந்-
ருள்வீரே!

தெளிவுரை

ஐந்து முகம் கொண்ட சிவனும், பாற்கடலில் உதித்த பிரம்மனும்,
ஆறுமுகம் கொண்ட முருகனும், தேவர்களின் தலைவனான இந்-
திரனும், கற்றுணர்ந்த ஞானிகளுடன் தாங்கள் மூன்றடிகளால்
இம்மூவுலகை அளந்த வாமன அவதார சரித்திரத்தை சொல்லி
மகிழ்கின்றனர். பிரகஸ்பதியாகிய குருபகவான் தினப்பலன் பஞ்-
சாங்கம் வாசித்து ஓதுகின்றார். சேஷாத்ரி மலையின் உச்சியில்
எழுந்தருளியுள்ள ஸ்ரீவேங்கடேஷ்வரரே, இனிய காலைப் பொழுது

புலர்கிறது, எழுந்தருள்வீரே!

கருத்துரை

இந்தப்பாடலில் ஸ்ரீ மகாவிஷ்ணுவின் ஐந்தாம் அவதாரமான வாமன அவதார சரித்திரம் போற்றிப் பாடப்படுகிறது.

மகாபலி சக்கரவர்த்தி தீவிர விஷ்ணு பக்தன். அவன் ஒருமுறை உலகை வெல்ல யாகம் ஒன்று நடத்த திட்டமிட்டான். அதனை முறியடிக்க விஷ்ணு மூன்றடி வாமன உருவத்துடன், யாக சாலைக்கு வந்து அவனிடம் மூன்றடி மண் கேட்டார். மிகுந்த செருக்குடன் இருந்த மகாபலி தர சம்மதம் தந்தான். பகவான் திரிவிக்கிரமன் வடிவு எடுத்து வானை ஒரு காலாலும், மண்ணு-லகை ஒரு காலாலும் அளக்க, மூன்றாமடியை அவனது தலை-யில் வைத்து அவனது அகந்தையை ஒழித்தார்.

பிரகஸ்பதியாகிய குருபகவான் ''திதி, வாரம், நட்சத்திரம், யோகம், கரணம்'' என்கிற ஐந்து அங்கங்களைக் குறிக்கும் தினப்பலன் பஞ்சாங்கம் வாசித்து ஓதுகின்றார். இந்த நிகழ்வானது பூஜை நிகழ்ச்சிகளை சிறப்புடன் செய்யத் தொன்றுதொட்டு எல்லாத் திருக்கோவில்களிலும் கடைபிடிக்கப்படுவதாகும்.

|| 7 ||

ஈஷத் ப்ரபுல்ல ஸரஸீருஹ நாரிகேள
பூகத்ருமாதி ஸுமனோஹர பாலிகானாம் |
ஆவாதி மந்தமனில ஸக திவ்யகந்தை
சேஷாத்ரி சேகரவிபோ தவ ஸுப்ரபாதம் ||

சொற்களின் விளக்கம்

ஈஷத் - (gentleness, mildness) மெல்லியதாய்

ப்ரபுல்ல - (blossoming) மலர்ந்த

ஸரஸீருஹ - தாமரை மலர்

நாரிகேள - (coconut tree) தென்னை மரம்

பூகத்ருமாதி - (betel nut tree) பாக்கு மரம்

ஸௌமனோஹர - மனத்திற்குப் பிடித்த

பாலிகானாம் - (line) வரிசையாய் உள்ள

ஆவாதி - (wafts) காற்றில் மிதந்து வரும் மெல்லிய வாசனை

மந்தமனில - (gentle breeze) குளிர்ந்த இனிய தென்றல் காற்று

ஸக - சேர்ந்து

திவ்யகந்தை - தெய்வீக நறுமணம்

சேஷாத்ரி - சேஷாத்ரி மலையின்

சேகரவிபோ - உச்சியில் எழுந்தருளியுள்ள தெய்வமே

தவ ஸுப்ரபாதம் - இனிய காலைப் பொழுது புலர்கிறது, எழுந்-
ருள்வீரே!

தெளிவுரை

மெல்லியதாய் மலர்ந்த தாமரை மலர் மொட்டுக்களிடமிருந்தும் வரிசையாய் உள்ள தென்னை மற்றும் பாக்கு மரங்களின் பாளை மொட்டுக்களிடமிருந்தும் வரும் மெல்லிய சுகந்த வாசனை, குளிர்ந்த இனிய தென்றல் காற்றுடன் சேர்ந்து தெய்வீக நறுமணம் தருகின்றது. சேஷாத்ரி மலையின் உச்சியில் எழுந்தருளியுள்ள திருவேங்கடவரே, இனிய காலைப் பொழுது புலர்கிறது, எழுந்-

ருள்வீரே!

கருத்துரை

இந்த ஏழாவது பாடலில் திருவேங்கடமலையின் சிறப்பை அண்-
ணங்காச்சாரியார் வர்ணித்துள்ளார்.

நமது பாரதத் திருநாட்டின் அனைத்துப் பகுதிகளிலும், புலர்
காலைப்பொழுதில் மலரும் மலர்களின் நறுமணத்தை நாம்
அனைவரும் ஒரு முறையாவது அனுபவித்திருப்போம். திருப்பதி
மலையில் அமைந்துள்ள பல்வேறு தீர்த்தங்கள் மற்றும் சோலை-
களிலும் மலரும் புஷ்பங்களின் சுகந்த தெய்வீக நறுமணத்தை
இன்றும் காலை வேளைகளில் உணரலாம்.

நமது திருக்கோவில்களில் மூலப்பிரகாரத்தைச் சுற்றிலும் துளசி,
வேம்பு, பாரிஜாதம், மல்லிகை, முல்லை, தாழம்பூ போன்ற பல்-
வேறு வகையான நறுமலர்ச்செடிகளைக் காணலாம். இவைகள்
நமக்கு ஒரு தெய்வீகச் சூழலைத் தருவதால் நமது மனம் அமைதி
அடைவதை அனுபவிக்க முடிகிறது.

மேலும் மலைக்கோவில்களுக்குச் சென்று வரும் போதும் நமது
மனம் புத்துணர்ச்சி பெறுவதை உணர முடியும்.

|| 8 ||

உந்மீல்ய நேத்ரயுக முத்தம பஞ்ஜரஸ்தா
பாத்ரா வசிஷ்ட கதளீபல பாயஸானீ |
புக்த்வா ஸலீலமத கேலிசுகா: படந்தி
சேஷாத்ரி சேகரவிபோ தவ சுப்ரபாதம் ||

சொற்களின் விளக்கம்

உந்மீல்ய - (opened) - திறக்கின்றன

நேத்ரயுக - (eyes) - கண்கள்

முத்தம பஞ்ஜரஸ்தா - (luxurious gages) - அழகிய கூண்டு-
களில்

பாத்ரா வசிஷ்ட - பாத்திரங்களில் உள்ள

கதளீபல - (banana) - வாழைப்பழம்

பாயஸானி - பாயசம்

புக்த்வா - (having enjoyed eating) - உண்டு மகிழ்ந்து

ஸலீலமத - (watery) - நீருடன்

கேலிசுகா - (pet parrots) - செல்லக்கிளிகள்

படந்தி - (reading, reciting) - பாடுகின்றன

சேஷாத்ரி - சேஷாத்ரி மலையின்

சேகரவிபோ - உச்சியில் எழுந்தருளியுள்ள தெய்வமே

தவ சுப்ரபாதம் - இனிய காலைப் பொழுது புலர்கிறது, எழுந்த-
ருள்வீரே!

தெளிவுரை

அழகிய கூண்டுகளில் வளர்க்கப்படும் செல்லக்கிளிகள் தங்கள்
கண்களைத் திறந்து அவைகளின் பாத்திரங்களில் உள்ள
வாழைப்பழம், பாயசம், நீர் போன்றவற்றை உண்டு மகிழ்ந்து
"கோவிந்தா, கோவிந்தா" என்று நின் புகழைப் பாடுகின்றன.
சேஷாத்ரி மலையின் உச்சியில் எழுந்தருளியுள்ள ஸ்ரீவேங்க-
டேஷ்வரரே, இனிய காலைப் பொழுது புலர்கிறது, எழுந்தருள்-
வீரே!

கருத்துரை

இந்தப்பாடல் மக்களால் வளர்க்கப்படும் செல்லக்கிளிகள் இறை-
வனைத் துதிப்பதைப் போற்றுகின்றது.

முற்காலங்களில் கிளிகளைத் தெய்வீகம் நிறைந்த செல்லப் பிரா-
ணிகளாக வளர்த்தும், அவைகளை இனிய தெய்வத் திருநாமங்க-
ளைச் சொல்வதற்கும் பழக்கி வந்தனர்.

இவை பாமர மக்களிடம் தெய்வ நம்பிக்கையையும், நேர்மறை
எண்ணங்களும், அதனால் தனி மனித ஒழுக்கமும் வளர்க்கப்-
பட்டன.

மதுரை மாநகரத்தில் மீனாட்சி அன்னை பச்சைக்கிளி ஒன்றைத்
தன் கையில் வைத்தபடி தமது பக்தர்களுக்கு அருள் பாலிப்பது
இங்கே குறிப்பிடத்தக்கது.

உலகில் பல்வேறு வகையான கிளி வகைகள் பல நாடுகளில்
உள்ளன.

நமது நாட்டில் வளர்க்கப்படும் வளைந்த அழகான சிகப்புநிற
அலகும், பளீர் பச்சை வர்ணமும், உறுதியான கால்களும் கிளிக-
ளுக்கு அழகு சேர்க்கின்றன.

பறவை இனங்களில் புத்திக் கூர்மை கொண்டவை கிளிகள்.

மனிதர்களின் குரல்களைக் கேட்டு அவர்களைப் போலவே ஒலி
எழுப்பும் ஆற்றல் பெற்றவை.

சில வார்த்தைகளைச் சொல்லிக் கொடுத்தால் அதை அப்படியே
திருப்பிச் சொல்லும் திறன் மிக்கவை.

பரம ராமபக்தரான தியாகராஜர் நமது மனம் ஒரு கிளி என்றும்,
அது ஓங்காரமாகிய கூண்டினுள் ஒடுங்குவதாகத் தனது முதல்
பஞ்சரத்னக் கீர்த்தனையில் "ஓங்கார பஞ்சர கீ" (ஜகதா எனத்

தொடங்கும் கீர்த்தனை) என்று பாடுகிறார்.

|| *9* ||

தந்த்ரீ ப்ரகர்ஷ மதுரஸ்வநயா விபஞ்ச்யா
காயத்யன ந்த சரிதம் தவ நாரதோபி |
பாஷாசமக்ர மஸக்ருத்கரசார ரம்யம்
சேஷாத்ரி சேகரவிபோ தவ சுப்ரபாதம் ||

சொற்களின் விளக்கம்

தந்த்ரீ – வீணையின் கம்பிகளை

ப்ரகர்ஷ – (excellent) மிகச்சிறப்பாக

மதுர ஸ்வநயா – இனிய கீதத்தை

விபஞ்ச்யா – விபாஞ்சி என்ற வீணையின்

காயத்யநந்த சரிதம் – காயதி + அநந்த + சரிதம் – அனந்தனின்
சரித்திரத்தைப் பாடுகிறார்

தவ நாரதோபி – தவயோகியான நாரதமுனிவர்

பாஷாசமக்ர மஸக்ருத்கரசார –

பாஷா + சமக்ரம் + அஸக்ருத் + கர + சார

பாஷா – (language) மொழியில்

சமக்ரம் – (complete, entire) முழுதும் உள்ளடக்கிய

அஸக்ருத் – (repeatedly) தொடர்ச்சியான, மீண்டும், மீண்டும்

கர – (hand) கைகளின்

சார – (movement) அசைவுகளால்

ரம்யம் – ரம்மியமான, மனதை மயக்கும்

சேஷாத்ரி – சேஷாத்ரி மலையின்

சேகரவிபோ - உச்சியில் எழுந்தருளியுள்ள தெய்வமே
தவ சுப்ரபாதம் - இனிய காலைப் பொழுது புலர்கிறது, எழுந்த-
ருள்வீரே!

தெளிவுரை

தவயோகியான நாரதமுனிவர் அனந்தசயனத்தில் உள்ள தங்களின் சரித்திரத்தைத் தன்னுடைய மிகச்சிறப்பான விபாஞ்சி என்ற வீணையின் கம்பிகளைத் தன் கைகளின் தொடர்ச்சியான அசை- வுகளால் உண்டாகும் ரம்மியமான, மனதை மயக்கும் இசையுடன் இனிய கீதமாகத் தொடர்ந்து ஜபித்துப் பாடிக்கொண்டிருக்கிறார். சேஷாத்ரி மலையின் உச்சியில் எழுந்தருளியுள்ள திருவேங்கட- வரே, இனிய காலைப் பொழுது புலர்கிறது, எழுந்தருள்வீரே!

கருத்துரை

இந்தப்பாடல் நாரத முனிவர் திருவேங்கடவரின் பெருமைகளை விளக்குவதைச் சித்தரிக்கின்றது.

நாரத முனிவரின் பெற்றோர் மும்மூர்த்திகளில் ஒருவரும், படைத்- தலின் கடவுளுமான பிரம்மா மற்றும் கல்வியின் கடவுளான சரஸ்- வதி ஆவர். பிரம்மதேவரின் மகனான நாரதர் திருமாலின் பரம பக்தர். தன் பிறப்பின் நோக்கமே திருமாலை வழிபடுவதுதான் என இருப்பவர். திருமாலின் ஒவ்வொரு அவதாரத்திலும் அவர் நோக்- கம் வெற்றிபெற ஏதேனும் ஒரு வகையில் நாரதர் காரணமாய் இருந்திருப்பார்.

நாரதர் இசைக்கலையில் அதிகம் ஆர்வம் கொண்டவர். இவரின் கையில் எப்பொழுதும் விபாஞ்சி என்றழைக்கப்படும் வீணை

இருக்கும். இந்த வீணை இல்லாமல் இவரை யாரும் பார்த்திருக்க முடியாது. விபாஞ்சியைக் கொண்டு இவர் இசைத்துப் பாடும் போது, அதற்கு மயங்காதவர்கள் யாரும் இருக்க முடியாது.

|| 10 ||

ப்ருங்காவலீச மகரந்த ரஸானுவித்த
ஐங்காரகீத நினதைஸ்ஸக ஸேவனாய |
நிர்யாத்யு பாந்த ஸரஸீ கமலோதரேப்ய
சேஷாத்ரி சேகரவிபோ தவ ஸுப்ரபாதம் ||

சொற்களின் விளக்கம்

ப்ருங்காவலீச - வண்டுகளின் கூட்டம்

மகரந்த - மலர்களின் மகரந்தத்தில் உள்ள

ரஸானுவித்த - தேனை உண்டதால் உண்டான மயக்கத்தில்

ஐங்காரகீத நினதைஸ்ஸக - வண்டுகளின் இனிய ரீங்காரம்

ஸேவனாய - சேவிக்கின்றன / வணங்குகின்றன

நிர்யாத்யு பாந்த - கரைகளின் ஓரங்களில் வளர்ந்துள்ள

ஸரஸீ - (lake) ஏரி

கமலோதரேப்ய - தாமரை மலர்களில் உள்ள

சேஷாத்ரி - சேஷாத்ரி மலையின்

சேகரவிபோ - உச்சியில் எழுந்தருளியுள்ள தெய்வமே

தவ ஸுப்ரபாதம் - இனிய காலைப் பொழுது புலர்கிறது, எழுந்-
ருள்வீரே!

தெளிவுரை

ஏரிக்கரைகளின் ஓரங்களில் வளர்ந்துள்ள தாமரை மலர்களின் உள்ளே இருந்து வெளிவந்த வண்டுகளின் கூட்டம் அம்மலர்களில் உள்ள மகரந்தத்தின் தேனை உண்டதால் உண்டான மயக்கத்தில் இனிய ரீங்காரம் இசைத்து தங்களை வணங்குகின்றன. சேஷாத்ரி மலையின் உச்சியில் எழுந்தருளியுள்ள ஸ்ரீவேங்கடேஷ்வரரே, இனிய காலைப் பொழுது புலர்கிறது, எழுந்தருள்வீரே!

கருத்துரை

இந்தப் பாடல் திருவேங்கடநாதரை வண்டுகள் தங்களின் இனிய ரீங்காரத்தால் வழிபாடு செய்வதாக அண்ணங்காச்சாரியார் வர்-ணித்துள்ளார்.

இயற்கையின் ஒவ்வொரு அசைவுமே இன்பம் தருபவை. பூக்க-ளைச் சுற்றும் வண்டுகளிடமிருந்து வெளிப்படும் ரீங்காரம் இனி-மையானது. வண்டுகளிடம் இதற்கென சிறப்பு உறுப்புகள் எதுவு-மில்லை. ஒரு வினாடிக்கு நூற்றுக்கணக்கான தடவைகள் துடித்து அசையும் இறகுகளினால்தான் இந்த ரீங்காரம் உருவாகிறது. இந்த இறகுகள் அமைக்கப்பட்டிருக்கும் விதமும் அந்த ரீங்காரத்திற்கு ஒரு காரணம். துடித்து அசையும் தகட்டைப் போல உள்ள இந்தச் சிறகுகள் குறிப்பிட்ட அளவு ஸ்வரத்தை உண்டாக்கும். பறப்பதைக் கட்டுப்படுத்துவதற்கு தனது சிறகு இயக்கத்தின் வீச்சையும், இறகு சாய்ந்திருக்கும் கோணத்தையும் மட்டுமே அது மாற்றிக் கொள்கி-றது. அதனால் ரீங்காரத்தின் அளவு எப்போதுமே ஒரே சீராகவே இருக்கிறது.

|| 11 ||

யோஷாகணேன வரதத்னி விமத்யமானே
கோசாலயேஷி ததிமந்தத தீவ்ர கோஷா |
ரோஷாத் கலிம் விததேே கருபச்ச கும்பா
சேஷாத்ரி சேகரவிபோ தவ சுப்ரபாதம் ||

சொற்களின் விளக்கம்

யோஷாகணேன - (young women) இளம் பெண்கள்

வரதத்னி - (excellent work) அதிகாலை செய்யும் சிறப்பான வேலையான

விமத்யமானே - (disagree) போட்டியிட்டு

கோசாலயேஷி - பசுக்கள் இருக்கும் வீடுகளில் - ஆயர்பாடி

ததிமந்தத - தயிர் கடையும்

தீவ்ர கோஷா - உரத்த சப்தம்

ரோஷாத் - வேகமாக

கலிம் - (quarrel) சண்டையிடுகின்றன

விததேே - உருவாக்குகிறது

கருபச்ச - தயிர் கடையும் மத்து

கும்பா - கும்பம், பானை

சேஷாத்ரி - சேஷாத்ரி மலையின்

சேகரவிபோ - உச்சியில் எழுந்தருளியுள்ள தெய்வமே

தவ சுப்ரபாதம் - இனிய காலைப் பொழுது புலர்கிறது, எழுந்த-ருள்வீரே!

தெளிவுரை

அதிகாலைவேளையில் ஆயர்பாடிகளில் உள்ள பசுக்கள் நிறைத்த கோசாலைகளில் ஆயர்குல இளம் பெண்கள் தயிர் கடையும் போது உண்டாகும் தயிர்பானையின் ஒலியும், தயிர் கடையும் மத்-தின் ஒலியும் எல்லா திசைகளிலும் உரத்த சப்தத்தை எழுப்பி ஒன்றோடொன்று போட்டியிட்டு மகிழ்ந்து "கோவிந்தா, கோவிந்தா" என்று சொல்வது போல திருவேங்கடநாதரான உனது பெருமையையும், புகழையும் பாடுகின்றன. சேஷாத்ரி மலையின் உச்சியில் எழுந்தருளியுள்ள ஸ்ரீவேங்கடேஷ்வரரே, இனிய காலைப் பொழுது புலர்கிறது, எழுந்தருள்வீரே!

கருத்துரை

அண்ணங்காச்சாரியார் இந்தப் பாடலில் அதிகாலை வேளையில் கிராமப்புறப் பெண்கள் தயிர் கடையும் காட்சியைச் சிறப்பாக சித்தரித்துள்ளார். இந்தப் பாடலில் வரும் அதிகாலை வேளை கிராமப்புறப் பெண்கள் தயிர் கடையும் காட்சியை இன்றும் பல தென்னிந்திய கிராமங்களில் காண முடியும். பல்வேறு கூட்டுறவு சங்கங்களும், மகளிர் சுய உதவிக் குழுக்களும் பால், தயிர் போன்றவைகளைப் பொது மக்களுக்கு விநியோகம் செய்கின்றன. அண்ணங்காச்சாரியார் 1361 ஆம் ஆண்டு முதல் 1454 ஆம் ஆண்டு வரை 93 வருடங்கள் வாழ்ந்திருக்கிறார். சுமார் 600 வருடங்களுக்கு முன்னால் அவரால் எழுதப்பட்ட இந்த ஸ்ரீவேங்-கடேச சுப்ரபாதமானது இன்றும் உலகம் முழுவதும் உள்ள பக்தர்-களால் சிறப்பாகப் பாடப்பட்டு வருவது குறிப்பிடத்தக்கது.

|| *12* ||

பத்மேசமித்ர சதபத்ர கதாலிவர்கா
ஹர்த்தும் ச்ரியம் குவலயஸ்ய நிஜாங்கலக்ஷ்ம்யா |
பேரீ நிநாதமிவ பிப்ரதி தீவ்ர நாதம்
சேஷாத்ரி சேகரவிபோ தவ சுப்ரபாதம் ||

சொற்களின் விளக்கம்

பத்மேசமித்ர - தாமரை மலர்களின் உள்ளே உள்ள

சதபத்ர - (having a hundred petals) நூற்றுக் கணக்கான
இதழ்கள் கொண்ட

கதாலிவர்கா - வண்டுகளின் கூட்டம்

ஹர்த்தும் - (to fetch) கொண்டு வரும்

ச்ரியம் - (prosperity) ஐஸ்வர்யம்

குவலயஸ்ய - கருங்குவளை மலர்கள்

நிஜாங்கலக்ஷ்ம்யா - மகாலட்சுமியின் கரங்களில் உள்ள

பேரீ - பேரிகை

நிநாதமிவ - எழுப்பும் நாதம்

பிப்ரதி - (carrying) கலந்த

தீவ்ர நாதம் - உரத்த நாதகாணம்

சேஷாத்ரி - சேஷாத்ரி மலையின்

சேகரவிபோ - உச்சியில் எழுந்தருளியுள்ள தெய்வமே

தவ சுப்ரபாதம் - இனிய காலைப் பொழுது புலர்கிறது, எழுந்-
ருள்வீரே!

தெளிவுரை

நூற்றுக் கணக்கான இதழ்கள் கொண்ட தாமரை மலர்களின் உள்ளே கூடிய வண்டுகளின் கூட்டம் உண்டாக்கும் ரீங்காரநாதம், பேரிகையின் உரத்த ஒலியுடன் ஒப்பிடக்கூடிய அளவில் உள்ளது. அப்படி எழுகின்ற ரீங்காரநாத ஒலியானது அந்தக் கருமைநிற வண்டுகள் தங்களுடைய கருமை நிறமே திருமாலின் தேவியான ஐஸ்வர்யம் தரும் ஸ்ரீமகாலட்சுமித்தாயாரின் கரத்தில் உள்ள கருங்குவளை மலர்களைக் காட்டிலும் அழகு என்று திருவேங்-கடநாதரின் மேல் உள்ள பேரன்பால் உரிமை கொண்டாடுவதைப் போல் உள்ளது. சேஷாத்ரி மலையின் உச்சியில் எழுந்தருளியுள்ள திருமாலவரே, இனிய காலைப் பொழுது புலர்கிறது, எழுந்தருள்-வீரே!

கருத்துரை

இந்தப் பாடலில் அண்ணங்காச்சாரியாரின் கற்பனைக் கவித்தி-றனும் ஸ்ரீவேங்கடேஷ்வரர் மற்றும் அவரது தேவியான ஸ்ரீ மகா-லட்சுமித்தாயாரின் மேல் கொண்ட ஆழமான பக்தியும் சிறப்புடன் வெளிப்படுகின்றது.

அண்ணங்காச்சாரியார் வாழ்ந்த காலத்தில் கோவில்களில் பல்-வேறு திருப்பள்ளியெழுச்சி பாடல்கள் பாடப்பட்டு வந்திருக்-கின்றன.

இதைக் கண்ணுற்ற மணவாள மாமுனிகள் தமது சீடரான அண்-ணங்காச்சாரியாரை அழைத்து திருவேங்கடநாதரின் மேல் திருப்-பள்ளியெழுச்சிப் பாடலைப் புனையுமாறு கூறுகிறார்.

தன் குருவின் ஆசியுடனும் தனக்கிருந்த ஆழமான சமஸ்கிருத புலமை ஞானத்துடனும் உருவானதே இந்த சிறப்பான ஸ்ரீ வேங்-கடேச சுப்ரபாதமாகும்.

|| 13 ||

ஸ்ரீ மந் அபீஷ்ட வரதாகில லோகபந்தோ
ஸ்ரீ ஸ்ரீநிவாச ஜகதேக தயைக ஸிந்தோ |
ஸ்ரீ தேவதாக்ருஹ புஜாந்தர திவ்ய மூர்த்தே
ஸ்ரீ வேங்கடாசலபதே தவ சுப்ரபாதம் ||

சொற்களின் விளக்கம்

ஸ்ரீ மந் - தெய்வீகச் செல்வமே

அபீஷ்ட - (desirous) வேண்டுகிற

வரதாகில - வரங்களைத் தந்தருளும்

லோகபந்தோ - உலக மக்களின் உறவான எம்பெருமானே

ஸ்ரீ ஸ்ரீநிவாச - ஸ்ரீ மகாலட்சுமியுடன் உறைபவரே

ஜகதேக - உலக மக்களுக்கோர்

தயைக ஸிந்தோ - கருணைக்கடலே

ஸ்ரீ தேவதாக்ருஹ புஜாந்தர - ஸ்ரீதேவி அன்னையை மார்பில் கொண்டவரே

திவ்ய மூர்த்தே - அற்புதமான தெய்வீக வடிவமே

ஸ்ரீ வேங்கடாசலபதே - திருவேங்கடநாதரே

தவ சுப்ரபாதம் - இனிய காலைப் பொழுது புலர்கிறது, எழுந்-தருள்வீரே!

தெளிவுரை

வேண்டுபவர் வேண்டுகிற வரங்களைத் தந்தருளும் தெய்வீகச் செல்வமே,

உலக மக்களின் உற்ற உறவான எம்பெருமானே,

ஸ்ரீ மகாலட்சுமியுடன் உறைபவரே,

உலக மக்களுக்கோர் கருணைக்கடலே,

ஸ்ரீதேவி அன்னையை மார்பில் கொண்டவரே,

அற்புதமான தெய்வீக வடிவமே,

திருவேங்கடநாதரே, இனிய காலைப் பொழுது புலர்கிறது, எழுந்-
தருள்வீரே!

கருத்துரை

இந்தப் பாடலில் ஸ்ரீவேங்கடேஷ்வரரின் தனித்தன்மைகளை
அண்ணங்காச்சாரியார் எடுத்து இயம்புகிறார்.

ஸ்ரீ மகா விஷ்ணுவே அர்ச்சவதார மூர்த்தியாக திருவேங்கடநாத-
ரின் வடிவத்தில் திருப்பதியில் எழுந்தருளியுள்ளார்.

அவர் எங்கும் நிறைந்திருப்பவர். அவரைவிட உயர்ந்த எண்ணம்
ஏதுமில்லை. அவரை விட சிறந்த ஞானம் எதுவும் இல்லை.
அவரைவிடச் சிறந்த யோகம் எதுவுமில்லை. மாபெரும் முனி-
வர்கள் தங்கள் தியானத்தில் தேடுகின்ற வடிவமாக இருப்பவர்
அவரே.

தர்மத்திற்கும் நற்பண்புகளுக்கும் உலகில் எங்கெல்லாம் ஆபத்து
ஏற்படுகிறதோ, அங்கெல்லாம் அதர்மமும், தீமையும் அதிகரிக்-
கின்றன.

இறைவன் ஒரு பொருத்தமான அவதாரத்தை எடுத்து, தீயவற்றை அழித்து உலக மக்களுக்கோர் கருணைக்கடலாக விளங்குகிறார். அவரே அனைவரின் வாழ்வின் மீதும் ஆட்சி செலுத்துபவர்.

II 14 II

ஸ்ரீ சுவாமி புஷ்கரிணி காப்லவ நிர்மலாங்கா
ச்ரேயோர்த்திநோ ஹரவிரிஞ்சி ஸனந்தநாத்யா |
த்வாரே வசந்தி வரவேத்ர ஹதோத்தமாங்கா
ஸ்ரீ வேங்கடாசலபதே தவ சுப்ரபாதம் II

சொற்களின் விளக்கம்

ஸ்ரீ சுவாமி - அனைத்து செல்வங்களும் கொண்ட தெய்வ சொரூ-
பமே

புஷ்கரிணி காப்லவ - தாமரைத் தடாகமான புஷ்கரணி தீர்த்தத்-
தில் குளித்து

நிர்மலாங்கா - தூய்மைப்படுத்திக்கொண்டு

ச்ரேயோர்த்திநோ - பெருமகிழ்ச்சியுடன்

ஹரவிரிஞ்சி - சிவன் மற்றும் பிரம்மா முதலான தெய்வங்களும்

ஸனந்தநாத்யா - சனந்தர் முதலான முனிவர்களும்

த்வாரே - கதவருகில்

வசந்தி - (stay) நிற்கிறார்கள்

வரவேத்ர ஹதோத்தமாங்கா - வர + வேத்ர + ஹத + உத்த-
மாங்கா -

வர - தெய்வீக

வேத்ர - பிரம்பால்

ஹத - தொடப்பட்டு

உத்தமாங்கா - தலையில்

- தெய்வீக பிரம்பால் தலையில் தொட்டு ஆசிர்வதிக்கப்பட்டு

ஸ்ரீ வேங்கடாசலபதே - திருவேங்கடநாதரே

தவ சுப்ரபாதம் - இனிய காலைப் பொழுது புலர்கிறது, எழுந்-
ருள்வீரே!

தெளிவுரை

அனைத்து செல்வங்களும் கொண்ட தெய்வ சொரூபமே, தங்க-
ளின் தாமரைத் தடாகமான புஷ்கரிணி தீர்த்ததில் குளித்துத் தூய்-
மைப்படுத்திக்கொண்டு பெருமகிழ்ச்சியுடன் சிவன் மற்றும் பிரம்மா
முதலான தெய்வங்களும், சனந்தர் முதலான முனிவர்களும் தங்-
கள் திருக்கோவிலின் கதவருகில் தங்கள் துவார பாலகர்களின்
தெய்வீக பிரம்பால் தலையில் தொட்டு ஆசிர்வதிக்கப்பட்டு நிற்கி-
றார்கள். ஸ்ரீவேங்கடேஷ்வரரே, இனிய காலைப் பொழுது புலர்கி-
றது, எழுந்தருள்வீரே!

கருத்துரை

இந்தப் பாடலில் சுவாமி புஷ்கரணி தீர்த்ததின் பெருமைகளை
அண்ணங்காச்சாரியார் சொல்லுகிறார்.

வைகுண்டத்தின் விரஜா நதியே புனித தீர்த்தமான சுவாமி புஷ்-
கரணியாக இந்தப் பூவுலகத்தில் உள்ளதாகவும் அது பல புண்-
ணிய நதிகளின் சங்கமமாக இருப்பதாகவும் கருதப்படுகிறது. இந்-
தத் தாமரைத் தடாகத்தினுள்ளே பல்வேறு கிணறுகள் பல்வேறு
ஆழங்களில் அமைந்துள்ளன. இதன் தெற்குப் பகுதி சுவாமிசரோ-

வரா என்றும், வடக்குப்பகுதி வராஹகா என்றும் அழைக்கப்படு-
கின்றன. சுவாமிசரோவராவில் ஆறு கிணறுகள் உள்ளன. வடக்-
குப்பகுதியான வராஹகாவானது மூன்று கிணறுகளுடன் வராஹ-
சுவாமி ஆலயத்தின் எதிரில் உள்ளது. ஆகமொத்தம் ஒன்பது
தீர்த்தங்கள் சுவாமி புஷ்கரணியில் உள்ளன. இந்தப் புண்ணிய
தீர்த்தத்தில் நீராடுவதால் பலர் தங்கள் பாவங்களைப் போக்கி நற்-
பலன்கள் பெற்றிருப்பதாக புராணங்களில் கூறப்பட்டுள்ளது.

|| 15 ||

ஸ்ரீ சேஷசைல கருடாசல வேங்கடாத்ரி
நாராயணாத்ரி வ்ருஷபாத்ரி வ்ருஷாத்ரி முக்யாம் |
ஆக்யாம் த்வதீய வஸதேரநிசம் வதந்தி
ஸ்ரீ வேங்கடாசலபதே தவ ஸுப்ரபாதம் ||

சொற்களின் விளக்கம்

ஸ்ரீ சேஷசைல - ஆதிசேஷன் வாசம் செய்யுமிடம்
கருடாசல - கருட பகவான் இருக்குமிடம்
வேங்கடாத்ரி - வேங்கட நாதரின் இருப்பிடம்
நாராயணாத்ரி - ஸ்ரீமன் நாராயணனின் திருத்தலம்
வ்ருஷபாத்ரி - விருஷபன் (ரிஷபாசுரன்) என்ற அரக்கனை
அழித்த புண்ணியமான மலை
வ்ருஷாத்ரி - புண்ணிய விருட்சங்கள் நிறைந்த தர்மத்திருத்தலம்
முக்யாம் - போன்ற முக்கிய
ஆக்யாம் - (named) பெயர்களாகக் குறிப்பிடப்பட்ட
த்வதீய - (yours) உங்களுடைய

வஸதேரநிசம் - வஸதேர + அநிசம் - மகா விஷ்ணு வாசம் செய்யும் இடமாக

வதந்தி - (say) சொல்லப்படுகிறது

ஸ்ரீ வேங்கடாசலபதே - திருவேங்கடநாதரே

தவ சுப்ரபாதம் - இனிய காலைப் பொழுது புலர்கிறது, எழுந்தருள்வீரே!

தெளிவுரை

மகா திருவேங்கடநாதரே, மகா விஷ்ணுவாகிய தாங்கள் வசிக்கும் இந்தத் திருத்தலம் ஸ்ரீ சேஷசைலம் (ஆதிசேஷன் வாசம் செய்யுமிடம்), கருடாசலம் (கருட பகவான் இருக்குமிடம்), வேங்கடாத்ரி (வேங்கட நாதரின் இருப்பிடம்), நாராயணாத்ரி (ஸ்ரீமன் நாராயணனின் திருத்தலம்), வ்ருஷபாத்ரி (விருஷபன் என்ற அரக்கன் அழிந்த மலை), வ்ருஷாத்ரி (புண்ணிய விருட்சங்கள் நிறைந்த தர்மத்திருத்தலம்) போன்ற முக்கிய பெயர்களாகக் குறிப்பிடப்பட்டுச் சொல்லப்படுகிறது. ஸ்ரீவேங்கடேஷ்வரரே, இனிய காலைப் பொழுது புலர்கிறது, எழுந்தருள்வீரே!

கருத்துரை

இந்தப் பாடலில் அண்ணங்காச்சாரியார் திருவேங்கட மலையின் பல்வேறு பெயர்களை விளக்குகிறார். திருப்பதி நகரம் ஆந்திரா மாநிலத்தின் சித்தூர் மாவட்டத்தில், கிழக்குத்தொடர்ச்சி மலைகளின் அடிவாரத்தில் அமைந்திருக்கிறது. இந்த நகரத்தை ஒட்டியுள்ள திருவேங்கட மலையின் மீதுதான் ஏழுமலையான் கோயில்கொண்டிருக் கிறார். சேஷாத்திரி, நீலாத்திரி (சனி பகவானின்

பத்தினியான நீலா தேவி வாசம் செய்ததால்), கருடாத்திரி, அஞ்-
சனாத்திரி (ஆஞ்சநேயரின் தாய் அஞ்சனை தனக்கு குழந்தை
பாக்கியம் கிடைக்க ஆதிவராகரை வேண்டி தவமிருந்து ஆஞ்ச-
நேயரைப் பெற்றதால்), வ்ருஷபாத்ரி, நாராயணாத்ரி, வேங்கடாத்ரி
ஆகிய ஏழுமலைகளுக்கும் அதிபதி என்பதால் பெருமாள் 'ஏழும-
லையான்' என்ற திருநாமம் கொண்டுள்ளார். இங்கு பெரிய திரு-
வடி எனப்படும் கருடனும், சிறிய திருவடி எனப்படும் அனுமனும்
முறையே கருடாத்திரி, அஞ்சனாத்திரியில் வாசம் செய்கிறார்கள்.

|| 16 ||

சேவாபரா: சிவ சுரேஷ க்ருசானு தர்ம
ரக்ஷாம்புநாத பவமான தனாதி நாதா |
பத்தாஞ்ஜலி ப்ரவிலசந் நிஜ சீர்ஷ தேசா:
ஸ்ரீ வேங்கடாசலபதே தவ சுப்ரபாதம் ||

சொற்களின் விளக்கம்

சேவாபரா - உங்களின் எட்டுத் திக்கு சேவகர்களான

சிவ - சிவன்

சுரேஷ - இந்திரன்

க்ருசானு - அக்கினி

தர்ம - எமதர்மன்

ரக்ஷாம்புநாத - ரக்ஷ + அம்புநாத

ரக்ஷ - அரக்கர்களின் தலைவன் - நைருதி

அம்புநாத - வருணன்

பவமான - வாயு

தனாதி நாதா - குபேரன்

பத்தாஞ்ஜலி - இரு கரம் கூப்பி

ப்ரவிலசந்நிஜ - மிகுந்த எழுச்சியுடன்

சீர்ஷ தேசா - தலைமேல் வைத்து வணங்கி நிற்கிறார்கள்

ஸ்ரீ வேங்கடாசலபதே - திருவேங்கடநாதரே

தவ சுப்ரபாதம் - இனிய காலைப் பொழுது புலர்கிறது, எழுந்த-
ருள்வீரே!

தெளிவுரை

ஸ்ரீவேங்கடேஷ்வரரே, உங்களின் எட்டுத்திசை சேவகர்களான
சிவன், இந்திரன், அக்கினி, எமதர்மன், நைருதி, வருணன், வாயு,
குபேரன் போன்றவர்கள் மிகுந்த எழுச்சியுடன் இரு கரம் கூப்பி
தலைமேல் வைத்து வணங்கி நிற்கிறார்கள். திருவேங்கடநாதரே,
இனிய காலைப் பொழுது புலர்கிறது, எழுந்தருள்வீரே!

கருத்துரை

திருவேங்கடநாதருக்கு திக்பாலகர்கள் என்னும் எட்டுத்திசை சேவ-
கர்கள் செய்யும் வணக்கத்தை இந்தப் பாடல் வர்ணிக்கிறது.
வடகிழக்கில் சிவனும், கிழக்கில் இந்திரனும், தென்கிழக்கில் அக்-
கினியும், தெற்கில் எமதர்மனும், தென்மேற்கில் நைருதியும், மேற்-
கில் வருணனும், வடமேற்கில் வாயுவும், வடக்கில் குபேரனும்
அஸ்ட திக்பாலகர்களாக இருந்து ஸ்ரீவேங்கடேஷ்வரருக்கு சேவகம்
செய்து வருகிறார்கள்.

திருவேங்கட மலையானது வாஸ்து முறைப்படி மிகவும் சக்தி வாய்ந்த திருத்தலம் என்று நம்பப்படுகின்றது. இயற்கையாகவே தென்மேற்குத் திசையில் வேங்கட மலையும், வடகிழக்கில் சுவாமி புஷ்கரிணி தீர்த்தமும், இந்திர மூலையான கிழக்கு நோக்கி ஆலயமும், தென் கிழக்கு அக்னி மூலையில் மடப்பள்ளியும், குபேர மூலையான வடக்கில் ஸ்ரீ வாரி உண்டியலும் அமைந்தி- ருப்பது மிகச் சிறப்பான வாஸ்து அமைப்பாகும். மூலவரான ஸ்ரீ- வேங்கடேஷ்வரர் கிழக்குத் திசை நோக்கி அருள் பாலிக்கிறார்.

|| 17 ||

தாடிஷிதே விஹகராஜ மிருகாதிராஜ
நாகாதிராஜ கஜராஜ ஹயாதிராஜா |
ஸ்வஸ்வாதிகார மஹிமாதிக மர்த்தயந்தே
ஸ்ரீ வேங்கடாசலபதே தவ சுப்ரபாதம் ||

சொற்களின் விளக்கம்

தாடிஷிதே - பெருமாளின் வாகனங்களான

விஹகராஜ - பறவைகளின் தலைவனான கருடன்

மிருகாதிராஜ - மிருகங்களின் தலைவனான சிங்கம்

நாகாதிராஜ - நாகங்களின் தலைவனான ஆதிசேஷன்

கஜராஜ - யானைகளின் தலைவனான ஐராவதம்

ஹயாதிராஜா - குதிரைகளின் தலைவனான உச்சைஸ்வரம்

ஸ்வஸ்வாதிகார - தங்களின் அதிகாரப் பொறுப்புக்களை உணர்ந்து

மஹிமாதிக - பேராற்றலுடன் தங்களுக்குச் சேவை புரிய

மர்த்தயந்தே - தங்களின் தயவை நாடி நிற்கின்றனர்
ஸ்ரீ வேங்கடாசலபதே - திருவேங்கடநாதரே
தவ சுப்ரபாதம் - இனிய காலைப் பொழுது புலர்கிறது, எழுந்த-
ருள்வீரே!

தெளிவுரை

எம்பெருமாளாகிய உங்களின் வாகனங்களான பறவைகளின் தலைவனான கருடன், மிருகங்களின் தலைவனான சிங்கம், நாகங்களின் தலைவனான ஆதிசேஷன், யானைகளின் தலை- வனான ஐராவதம், குதிரைகளின் தலைவனான உச்சைஸ்வரம் பொன்றவை தங்களின் அதிகாரப் பொறுப்புக்களை உணர்ந்து, பேராற்றலுடன் தங்களுக்குச் சேவை புரிய உங்களின் தயவை நாடி நிற்கின்றனர். ஸ்ரீவேங்கடாசலபதியே, இனிய காலைப் பொழுது புலர்கிறது, எழுந்தருள்வீரே!

கருத்துரை

இந்தப் பாடலில் அண்ணங்காச்சாரியார் பெருமாளின் பல்வேறு வாகனங்களைப்பற்றிப் பாடுகிறார்.

திருப்பதியில் ஒவ்வொரு வருடமும் புரட்டாசி மாதத்தில் நடை- பெறும் திருவேங்கடநாதரின் பிரம்மோத்சவ நிகழ்ச்சியின் போது பல்வேறு வாகனங்களான பெத்த சேஷ வாகனம், சின்ன சேஷ வாகனம், ஹம்ச (அன்னப்பறவை) வாகனம், சிம்ம வாகனம், முத்துப் பண்டரி வாகனம், கல்ப விருக்ஷ வாகனம், சர்வ பூபால வாகனம், கருட வாகனம், ஹனுமன் வாகனம், கஜ வாகனம், சூர்ய பிரபை வாகனம், சந்திர பிரபை வாகனம், அஸ்வ (குதிரை)

வாகனம் போன்ற பல்வேறு வாகனங்களில் பெருமாள் எழுந்தருளி பக்தர்களுக்கு அருள்பாலிக்கிறார். இந்த நிகழ்ச்சியில் ஏராளமான பக்தர்கள் கலந்து கொண்டு திருமாலின் திருவருளைப் பெறுகின்-றனர்.

|| 18 ||

ஸௌர்யேந்து பௌம புத வாக்பதி காவ்யஸௌரி
ஸ்வர்பானு கேது திவிஷத்பரிஷத் ப்ரதானா |
த்வத்தாஸ தாஸ ஸரமாவதிதாஸ தாஸா
ஸ்ரீ வேங்கடாசலபதே தவ ஸுப்ரபாதம் ||

சொற்களின் விளக்கம்

ஸௌர்யேந்து - ஸௌர்யா (சூரியனும்) + இந்துஷ் (சந்திரனும்)

பௌம - செவ்வாயும்

புத - புதனும்

வாக்பதி - வியாழனும் (குரு)

காவ்யஸௌரி - காவ்ய (வெள்ளியாகிய சுக்கிரனும்)+ ஸௌரி (சனியும்)

ஸ்வர்பானு -ராகுவும்

கேது - கேதுவும்

திவிஷத்பரிஷத் - திவிஷத் (தெய்வங்கள்) + பரிஷத் (புடைசூழ)

ப்ரதானா - முக்கியமான

த்வத்தாஸ - தங்களைக் காக்கும் கடவுளாக வழிபட்டு

தாஸ - சேவகம் செய்யக் காத்துள்ளனரே

ஸரமாவதிதாஸ - தங்களது துணைப் பரிவாரங்களுடன்

தாஸா - சேவகம் செய்யக் காத்துள்ளனரே
ஸ்ரீ வேங்கடாசலபதே - திருவேங்கடநாதரே
தவ சுப்ரபாதம் - இனிய காலைப் பொழுது புலர்கிறது, எழுந்த-
ருள்வீரே!

தெளிவுரை

நவக்கிரக நாயகர்களாக விளங்கும் சூரியனும், சந்திரனும், செவ்-
வாயும், புதனும், வியாழனும் (குரு), வெள்ளியாகிய சுக்கிரனும்,
சனியும், ராகுவும், கேதுவுமான தெய்வங்கள், உங்களைக் காக்கும்
கடவுளாக வழிபட்டு தங்களது முக்கியமான துணைப் பரிவாராங்-
களுடன் சேவகம் செய்யக் காத்துள்ளனர். திருவேங்கடநாதரே,
இனிய காலைப் பொழுது புலர்கிறது, எழுந்தருள்வீரே!

கருத்துரை

இந்தப் பாடலில் அண்ணங்காச்சாரியார் நவக்கிரக நாயகர்கள்
ஸ்ரீவேங்கடேஷ்வரருக்கு சேவை செய்வதை வலியுறுத்துகிறார்.
இந்திய சோதிட நூல்களின்படி கோள்கள் ஒன்பது ஆகும். இவை
சூரியன், சந்திரன், செவ்வாய், புதன், வியாழன், வெள்ளி, சனி,
இராகு, கேது என்பனவாகும். தற்கால அறிவியல் அடிப்படையில்
இவைகளில் சில மட்டுமே உண்மையான கோள்கள். சூரியன்
ஒரு விண்மீன் (நட்சத்திரம்). சந்திரன் பூமியின் துணைக்கோள்.
இராகு, கேது இரண்டும் விண் பொருட்களே அல்ல. இவை நிழற்
கோள்கள் எனப்படுகின்றன. கோள்கள் மனிதர் மீது செல்வாக்குச்
செலுத்துகின்றன என்ற நம்பிக்கையே சோதிடத்தின் அடிப்படை-
யாகும். எங்கும் வியாபித்திருக்கும் சர்வலோக நாயகரான ஸ்ரீமகா

விஷ்ணு நவக்கிரகங்களை ஆட்சி புரிகிறார். நவ கிரகங்களி-
னால் தோஷங்கள் இருந்தால் பலருக்கும் காரிய தடைகள் ஏற்-
படும். இந்த தோஷங்கள் நீங்கி மங்கள சுப காரியங்கள் சுலப-
மாக நடக்க, மக்கள் திருப்பதி சென்று ஏழுமலையானை தரிசனம்
செய்து வருகின்றனர்.

॥ 19 ॥

த்வத்பாத தூளிபரிதஸ்புரிதோத்தமாங்கா
ஸ்வர்காபவர்க நிரபேக்ஷ நிஜாந்தரங்கா I
கல்பகமா கலனாயாகுலதாம் லபந்தே
ஸ்ரீ வேங்கடாசலபதே தவ சுப்ரபாதம் II

சொற்களின் விளக்கம்

த்வத்பாத - உங்களின் பாத
தூளிபரிதஸ்புரிதோத்தமாங்கா - தூளி + பரித + ஸ்புரித + உத்-
தமாங்கா
தூளி - (dust) தூசி
பரித - (bharita - filled with) பட்டு
ஸ்புரித - (sphurita - shining, glittering) பிரகாசிக்கிறது
உத்தமாங்கா - (head) தலை
ஸ்வர்காபவர்க - ஸ்வர்க (சொர்க்கம்) + அபவர்க (மோட்சம்)
நிரபேக்ஷ - (desireless) ஆர்வமில்லாதவர்களாக
நிஜாந்தரங்கா - கவலையுடன் கால்கள் நடுங்கி
கல்பகமா -கலியுகத்தின்

கலனயாகுலதாம் - கலனயா (கால முடிவில்) + குலதாம் (தங்-
கள் குலத்துடன்)

லபந்தே - உங்களின் திருவருளை நாடி நிற்கின்றனர்

ஸ்ரீ வேங்கடாசலபதே - திருவேங்கடநாதரே

தவ சுப்ரபாதம் - இனிய காலைப் பொழுது புலர்கிறது, எழுந்த-
ருள்வீரே!

தெளிவுரை

உமது மெய்யடியார்களும், அனைத்து தெய்வீக நாயகர்களும் தங்-
கள் குலத்துடன் இந்தக் கலியுகத்தில் தங்களின் கால முடிவில்
கவலையுடன் கால்கள் நடுங்கி சொர்க்கம் செல்லவோ, மோட்சம்
பெறவோ ஆர்வமில்லாதவர்களாக உங்களின் திருவருளொன்றே
போதுமென்று நாடி, வேண்டி விரும்பி உங்களின் திருப்பாதங்களில்
தலை பணிந்ததால் அவர்களின் தலைகள் உங்களின் பாதத்தின்
தூசி பட்டுப்பிரகாசிக்கிறது. ஸ்ரீவேங்கடாசலபதியே, இனிய
காலைப் பொழுது புலர்கிறது, எழுந்தருள்வீரே!

கருத்துரை

இந்தப் பாடலில் மெய்யடியார்களும், அனைத்து தெய்வீக நாயகர்-
களும் திருவேங்கடநாதர்மீது கொண்ட பக்தியின் பெருமைகளை
அண்ணங்காச்சாரியார் தன் கவித்திறனால் வெளிப்படுத்துகிறார்.
கலியுகத்தில் கண்கண்ட தெய்வம் திருமலை பெருமாள். இதை
பக்தர்கள் அனைவரும் நம்புகிறார்கள். பெருமாளின் திருநாமத்தை
ஜபிப்பதோ அவரின் நாமத்தை சங்கீர்த்தனம் செய்வதோ அல்லது
அவரின் புகழ் சொல்லும் கதைகளைக் கேட்டுக்கொண்டிருப்பதோ

நம் பாவங்களைத் தீர்ப்பதோடு புண்ணிய பலன்களையும் தரும். திருமலையில் அருளும் வேங்கடவனின் பெருமை மிகுந்த இனிய சரித்திரங்களைக் கேட்பது என்றால் புண்ணியமும் மகிழ்வும் தரும். இந்தப் பேரானந்த அனுபவமே பக்தர்களை பெருமாளுடன் எப்-போதும் இருக்க வைக்கிறது.

॥ 20 ॥

த்வத் கோபுராக்ர சிகராணி நிரீக்ஷமாணா
ஸ்வர்காபவர்க பதவீம், பரமாம் ச்ரயந்த I
மர்த்யா மனுஷ்ய புவனே, மதி மாச்ரயந்தே
ஸ்ரீ வேங்கடாசலபதே தவ ஸுப்ரபாதம் II

சொற்களின் விளக்கம்

த்வத் கோபுராக்ர – உமது திருக்கோவிலின் கோபுரத்தின் மேலுள்ள

சிகராணி – கோபுரக் கலசங்கள்

நிரீக்ஷமாணா – (*looking out for searching*) ஆர்வமாய்த் தேடுகின்றன

ஸ்வர்காபவர்க – ஸ்வர்க (சொர்க்கம்) + அபவர்க (மோட்சம்)

பதவீம் – பதவி

பரமாம் – பரமபதமாம்

ச்ரயந்த – (*shelter*) அடைக்கலம்

மர்த்யா – (*mortal condition*) மரண கால வேளையில்

மனுஷ்ய – மனித உயிர்கள்

புவனே – இப்பூவுலகில்

மதி - பேரறிவு கொண்ட

மாச்ரயந்தே - பாதுகாப்பவரே

ஸ்ரீ வேங்கடாசலபதே - திருவேங்கடநாதரே

தவ சுப்ரபாதம் - இனிய காலைப் பொழுது புலர்கிறது, எழுந்த-
ருள்வீரே!

தெளிவுரை

இப்பூவுலகில் பேரறிவு கொண்ட ஞானியர்கள் தங்கள் வாழ்வின்
முடிவில் மரண கால வேளையில் பரமபதமாம் மோட்ச சொர்க்-
கத்தை அடையும் முன் உமது திருக்கோவிலின் கோபுரத்தின்
மேலுள்ள கோபுரக் கலசங்களைக் கண்டு மகிழ்ந்து இந்தக் காட்-
சியே போதுமென்று இப்பூமியிலேயே தங்களிடம் அடைக்கலம்
என்று இருந்திடுவர். அடைக்கலமாய் வந்தவரைப் பாதுகாப்பவரே!
திருவேங்கடநாதரே, இனிய காலைப் பொழுது புலர்கிறது, எழுந்-
தருள்வீரே!

கருத்துரை

இந்தப் பாடலில் அண்ணங்காச்சாரியார் திருப்பதித் திருக்கோவி-
லின் கோபுரத்தின் மேலுள்ள கோபுரக் கலசங்களின் பெருமை-
களை விவரிக்கிறார்.

"கோபுர தரிசனம் கோடி புண்ணியம்" என்பது ஆன்றோர் மொழி.
கோயில்களில், கோபுரங்களின் மேல் உள்ள கலசங்கள் தங்கம்,
செம்பு அல்லது பஞ்சலோகங்களினால் செய்யப்படுகின்றன. அதன்
உள்ளே தானியங்கள் நிரப்பப்படுகின்றன. கலசங்களின் கூரிய
முனைகள் ஆகாயத்தில் உள்ள பிராண சக்தியை கிரகித்து

வெளிவிடும். இந்த சக்தியை நம் உடல் பெறுவதால் நம் உடல் புத்துணர்ச்சி அடைகிறது. யாக குண்டங்களில் இருந்து கொழுந்துவிட்டு எரிகிற தீப்பிழம்பின் உருவமே கோபுரங்கள். கோபுர வழிபாடு முழுமையான ஆலய வழிபாட்டுக்குச் சமமானது. கோபுரங்கள் இறைவனின் பாதங்களாக பாவிக்கப்படுகிறது. ஆலயத்தின் உள்ளே இருக்கும் இறைவனின் பிரதிபிம்பம்தான் கோபுரங்கள். கோயிலுக்கு உள்ளே செல்ல முடியாதவர்கள் கோபுரத்தைத் தரிசித்தாலே போதும், ஆலயத்தினுள் வீற்றிருக்கும் இறைவனின் அருள் கிட்டும்.

॥ 21 ॥

ஸ்ரீபூமிநாயக தயாதிகுணாம்ருதாப்தே
தேவாதிதேவ ஜகதேக சரண்யமூர்த்தே I
ஸ்ரீமந்நந்த கருடாதிபிரர்ச்சிதாங்க்ரே
ஸ்ரீ வேங்கடாசலபதே தவ சுப்ரபாதம் II

சொற்களின் விளக்கம்

ஸ்ரீபூமிநாயக - இந்த பூமியின் நாயகன் ஆனவரே

தயாதிகுணாம்ருதாப்தே - தயாகுணம் கொண்ட கருணைக்கடலே

தேவாதிதேவ - தேவர்களுக்கெல்லாம் தேவரே

ஜகதேக - உலகனைத்தும் காக்கும் தெய்வமே

சரண்யமூர்த்தே - சரணமடைய உகந்த தெய்வமே

ஸ்ரீமந்நந்த - ஸ்ரீமகா லட்சுமி வாசம் செய்யும் ஆனந்த சொரூபமே

கருடாதிபிரர்ச்சிதாங்க்ரே - கருடா + அதிபி + அர்ச்சித + ஆங்க்ரே

கருடா - (garuda) கருடனால்

அதிபி - (adibhih - praised) புகழப்பட்டு

அர்ச்சித - (arcita) அர்ச்சிக்கப்படுபவரே

ஆங்க்ரே - (anghre - feet) உமது திருப்பாதங்களை

ஸ்ரீ வேங்கடாசலபதே - திருவேங்கடநாதரே

தவ சுப்ரபாதம் - இனிய காலைப் பொழுது புலர்கிறது, எழுந்தருள்வீரே!

தெளிவுரை

இந்த பூமியின் நாயகன் ஆனவரே, தயாகுணம் கொண்ட கருணைக்கடலே, தேவர்களுக்கெல்லாம் தேவரே, உலகனைத்தும் காக்கும் தெய்வமே, சரணமடைய உகந்த தெய்வமே, ஸ்ரீமகாலட்சுமி வாசம் செய்யும் ஆனந்த சொரூபமே! உமது திருப்பாதங்களில் கருடனால் புகழப்பட்டு, வழிபடப்பட்டு அர்ச்சனை செய்யப்படுபவரே! ஸ்ரீவேங்கடாசலபதியே, இனிய காலைப் பொழுது புலர்கிறது, எழுந்தருள்வீரே!

கருத்துரை

இந்தப் பாடலில் திருமலை பெருமாளின் பெருமைகளை அண்ணங்காச்சாரியார் பாடுகிறார்.

திருப்பதி என்ற சொல்லை திரு + பதி என்று பிரிக்கலாம். திரு என்பதற்கு செல்வம், புண்ணியம், தெய்வத்தன்மைவாய்ந்த, மேன்மைமிக்க என பல பொருள்கள் உண்டு. பதி என்பதற்கு இடம்,

நகரம், உறைவிடம், கோவில், ஊர் என்ற பொருள்கள் உண்டு. எனவே, திருப்பதி என்ற சொல் தெய்வத்தன்மைவாய்ந்த செல்வம் நிறைந்த கோவில் என்பதைக் குறிக்கும். இது தெலுங்கில் "ஏடு-கொண்டலு" என்றும் தமிழில் "ஏழுமலை" என்றும் அழைக்-கப்படுகிறது. ஏழு சிகரங்களைக் கொண்ட மலைகளில் திருமலை உள்ளது. இது "ஆதிசேசனின் ஏழு தலைகளை" குறித்து வரு-வதால் இந்த மலைக்கு "சேசாசலம்" என்றும் பெயர் உள்ளது. இங்கு கிடைக்கப்பட்டுள்ள கல்வெட்டுகள் பெரும்பாலும் தமிழ் கல்வெட்டுகளாகும். இது பண்டைய தமிழகத்தின் தொண்டை மண்டலத்தின் ஒரு பகுதியாகும்.

॥ 22 ॥

ஸ்ரீபத்மநாப புருஷோத்தம வாசுதேவ
வைகுண்ட மாதவ ஜனார்த்தன சக்ரபாணே I
ஸ்ரீவத்ஸசிஹ்ன சரணாகத பாரிஜாத
ஸ்ரீ வேங்கடாசலபதே தவ சுப்ரபாதம் II

சொற்களின் விளக்கம்

ஸ்ரீபத்மநாப - தாமரை மலரை நாபியில் கொண்டவரே

புருஷோத்தம - உத்தம புருஷரே

வாசுதேவ - ஸ்ரீ வாஸுதேவரே

வைகுண்ட - வைகுண்ட நாயகரே

மாதவ - (மா - லட்சுமி, தவ - பதி) லட்சுமிபதியே

ஜனார்த்தன - ஜனங்களால் பிரார்த்திக்கப்படுபவரே

சக்ரபாணே - சுதர்சன சக்கரத்தை உடையவரே

ஸ்ரீவத்ஸசிஹ்ன - (சிஹ்ன - cihna - sign - குறி, மச்சம்)
ஸ்ரீவத்ஸம் என்ற மச்சத்தை மார்பில் கொண்டவரே
சரணாகத பாரிஜாத - பாரிஜாதம் என்ற புனித மலர் தரும் மரத்-
தைப் போன்றவரே, உங்கள் பாதங்களில் சரணடைகின்றோம்
ஸ்ரீ வேங்கடாசலபதே - திருவேங்கடநாதரே
தவ சுப்ரபாதம் - இனிய காலைப் பொழுது புலர்கிறது, எழுந்த-
ருள்வீரே!

தெளிவுரை

தாமரை மலரை நாபியில் கொண்டவரே, உத்தம புருஷரே, ஸ்ரீ
வாஸுதேவரே, வைகுண்டத்தின் நாயகரே, லட்சுமிபதியே, ஜனங்-
களால் பிரார்த்திக்கப்படுபவரே, சுதர்சன சக்கரத்தை உடையவரே,
ஸ்ரீவத்ஸம் என்ற மச்சத்தை மார்பில் கொண்டவரே, பாரிஜாதம்
என்ற புனித மலர் தரும் மரத்தைப் போன்றவரே, உங்கள் பாதங்-
களில் சரணடைகின்றோம். திருவேங்கடநாதரே, இனிய காலைப்
பொழுது புலர்கிறது, எழுந்தருள்வீரே!

கருத்துரை

இந்தப் பாடலில் அண்ணங்காச்சாரியார் திருமலை பெருமாளின்
பெருமைகளை விவரிக்கிறார்.
வைகுந்தத்தில் இருந்து ஸ்ரீ மகாவிஷ்ணு திருமலையில் அர்ச்சவ-
தாரமூர்த்தியாக எழுந்தருளியுள்ளார். இதனை ராமானுஜ நூற்றந்-
தாதியின் ஒரு பாடலும் தெரிவிக்கிறது.
"இருப்பிடம் வைகுந்தம் வேங்கடம் மாலிரும்
சோலை யென்னும் பொருப்பிடம் மாயனுக்கென்பர் நல்லோர்"

தேவலோக மலர், நந்தவனப் பூ, தெய்வ வழிபாடு செய்ய அபூர்-
வமான பூ என்றெல்லாம் போற்றப்படும் பாரிஜாதம், பெருமாளுக்கு
மிகவும் பிடித்தது. மல்லிகையைவிட உருவ அளவால் பெரிதான
பாரிஜாதம் கண்களைக் கவரும். பிறரை வசப்படுத்தும் நறுமணம்
மிகுந்தது. தேவலோகத்தில் பெருமாள் பாரிஜாத மலரில் வீற்றி-
ருப்பதாக புராணங்கள் கூறுகின்றன. அவர் பூலோகத்திற்கு வரும்
பொழுது இந்த மலர் தேவைப்படுவதால் இவை பூலோகத்திற்கு
வந்தது என்று நம்பப்படுகிறது. துளசியைப்போலவே நிறைய மருத்-
துவ குணங்களும் கொண்டதாக இந்த மலர் உள்ளது.

॥ 23 ॥

கந்தர்ப்பதர்ப்பஹர சுந்தர திவ்யமூர்த்தே
காந்தாகுசாம்புருஹகுட்மல லோலத்ருஷ்டே *I*
கல்யாண நிர்மல குணாகர திவ்யகீர்த்தே
ஸ்ரீ வேங்கடாசலபதே தவ ஸுப்ரபாதம் *II*

சொற்களின் விளக்கம்

கந்தர்ப்பதர்ப்பஹர - கந்தர்ப (மன்மதனே) + தர்பஹர (வெட்கப்-
படும்)
சுந்தர - அழகிய முகம் உடையவரே
திவ்யமூர்த்தே - எங்கும் நிறைந்த தெய்வமே
காந்தாகுசாம்புருஹகுட்மல - காந்தாகுசா + அம்புருஹகுட்மல
காந்தாகுசா - கவர்ந்திழுக்கும்
அம்புருஹ குட்மல - தாமரை மலரமர்ந்த

- தாமரை மலரமர்ந்த அன்னை ஸ்ரீதேவியின் மனம் கவர்ந்திழுக்-
கும்

லோலத்ருஷ்டே - லோல (மனம் கவர்ந்த முகத்துடன்) +
த்ருஷ்டே (காட்சியளிப்பவரே)

கல்யாண - உயர்ந்த நற்குணங்கள் கொண்டவரே

நிர்மல - தூய்மையானவரே

குணாகர - குணசீலனே

திவ்யகீர்த்தே - நிறைந்த புகழுடையவரே

ஸ்ரீ வேங்கடாசலபதே - திருவேங்கடநாதரே

தவ சுப்ரபாதம் - இனிய காலைப் பொழுது புலர்கிறது, எழுந்த-
ருள்வீரே!

தெளிவுரை

காமதேவனான மன்மதனே வெட்கப்படும் அழகிய முகம் உடைய-
வரே, எங்கும் நிறைந்த தெய்வமே, தாமரை மலரமர்ந்த அன்னை
ஸ்ரீதேவியின் மனம் கவர்ந்திழுக்கும் முகத்துடன் காட்சியளிப்ப-
வரே, உயர்ந்த நற்குணங்கள் கொண்டவரே, மங்கள சொரூபனே,
தூய்மையானவரே, நற்குணசீலனே, நிறைந்த புகழுடையவரே, ஸ்ரீ-
வேங்கடாசலபதியே, இனிய காலைப் பொழுது புலர்கிறது, எழுந்-
தருள்வீரே!

கருத்துரை

இந்தப் பாடலில் அண்ணங்காச்சாரியார் திருமலை பெருமாளின்
பெருமைகளை விவரிக்கிறார்.

தெய்வத்தன்மைவாய்ந்த செல்வம் நிறைந்த கோவிலான திருப்ப-
தியில் சுயம்புவாகத் தோன்றியதாகக் கருதப்படும் மூல விக்கிரகம்
எட்டடி உயரம் கொண்டது. எந்த கருங்கல் சிலை ஆனாலும்
எங்காவது ஒரு இடத்தில் சிற்பியின் உளிபட்ட அடையாளம்
தெரியும். ஆனால் இந்த மூலவர் சிலையில் எந்த ஒரு அடை-
யாளமும் இதுவரை தெரிந்ததில்லை என்பது ஆச்சர்யப்படத்தக்க
விஷயமாகும். எந்த கருங்கல் சிலையை எடுத்துக்கொண்டாலும்
சுரசுரப்பாக இருக்கும் ஆனால் இச்சிலையில் வேலைப்பாடுகள்
எல்லாம் மெருகு போட்டதுபோலப் பளபளவென இருக்கின்றன.
திருமலை ஏழுமலையானுடைய சிலை, "சிலாதோரணம்" என்ற
விசித்திரமான கல்லினால் ஆனது. இக்கல்லானது, திருமலையில்
மட்டுமே காணப்படுகிறது. இக்கல்லினுடைய ஆயுள், சுமார் 250
கோடி (2500 மில்லியன்) ஆண்டுகளென அறிவியல் அறிஞர்கள்
கணித்துள்ளனர்.

<h2 align="center">II 24 II</h2>

மீனாக்ருதே கமடகோல ந்ருசிம்மவர்ணிந்
ஸ்வாமிந் பரஸ்வத தபோதன ராமசந்திர I
சேஷாம்சராம யதுநந்தன கல்கிரூப
ஸ்ரீ வேங்கடாசலபதே தவ ஸுப்ரபாதம் II

<h2 align="center">சொற்களின் விளக்கம்</h2>

மீனாக்ருதே - மச்சாவதாரமான மீன் உருவமானவரே
கமடகோல - கமட + கோல
கமட - கூர்ம அவதாரமான ஆமை வடிவம் கொண்டவரே

கோல - பன்றி உருவமான வராக அவதாரமே

ந்ருசிம்மவர்ணிந் - சிங்க முகம் கொண்ட நரசிம்மரே

ஸ்வாமிந் - வாமன அவதாரமே

பரஸ்வத - பரசுராம அவதாரமே

தபோதன - தவ வலிமை கொண்ட

ராமசந்திர - ஸ்ரீ ராமபிரானே

சேஷாம்சராம - ஆதிசேஷனின் அம்சமான பலராமரே

யதுநந்தன - யதுநந்தனாகிய ஸ்ரீகிருஷ்ணரே

கல்கிரூப - கல்கி அவதாரமே

ஸ்ரீ வேங்கடாசலபதே - திருவேங்கடநாதரே

தவ சுப்ரபாதம் - இனிய காலைப் பொழுது புலர்கிறது, எழுந்த-
ருள்வீரே!

தெளிவுரை

மச்சாவதாரமான மீன் உருவமானவரே, கூர்ம அவதாரமான
ஆமை வடிவம் கொண்டவரே, பன்றி உருவமான வராக அவதா-
ரமே, சிங்க முகம் கொண்ட நரசிம்மரே, வாமன அவதாரமே, தவ
வலிமை கொண்ட பரசுராம அவதாரமே, ஸ்ரீராமபிரானே, ஆதி-
சேஷனின் அம்சமான பலராமரே, யதுநந்தனாகிய ஸ்ரீகிருஷ்ணரே,
கல்கி அவதாரமே, திருவேங்கடநாதரே, இனிய காலைப் பொழுது
புலர்கிறது, எழுந்தருள்வீரே!

கருத்துரை

இந்தப் பாடலில் ஸ்ரீமகாவிஷ்ணுவின் தசாவதாரப் பெருமைகளை
அண்ணங்காச்சாரியார் விவரிக்கிறார்.

ஸ்ரீமகாவிஷ்ணுவின் பத்து அவதாரங்களான (1) மச்ச அவதாரம் (மீன்), (2) கூர்ம அவதாரம் (ஆமை), (3) வராக அவதாரம் (பன்றி), (4) நரசிம்ம அவதாரம் (சிங்க முகமும் மனித உடலும் கொண்ட உருவம்), (5) வாமன அவதாரம் (குள்ளமான மனித உருவம்), (6) பரசுராமர் அவதாரம் (பரசு என்ற கோடாரி கொண்டவர்), (7) இராமாவதாரம் (ஏக பத்தினி விரதன்), (8) பலராமர் அவதாரம் (ஏர் கலப்பையைக் கையில் கொண்டவர்), (9) கிருஷ்ணாவதாரம், (10) கல்கி அவதாரம் ('கல்கி' குதிரை- யில் பயனிக்கும் ஆற்றல் மிக்க வீரராக) போன்றவை மனிதனை நல்வழிப் படுத்தத் தோன்றியவை.

இன்றைய நவீன உலகில் அறிவியல் வளர்ச்சியால் பெருகிய பல்- வேறு வகையான இயந்திரங்களின் இயக்க ஆற்றலை இன்றைய விஞ்ஞானம் குதிரை ஆற்றலாகக் (Horse Power) கணக்கிடும் நிகழ்வை கல்கி அவதாரம் உணர்த்துகிறது. ஸ்ரீமகாவிஷ்ணுவின் தசாவதாரங்கள் இன்றைய விஞ்ஞான உலகில் டார்வினின் பரி- ணாம வளர்ச்சியை ஒத்து உள்ளது.

|| 25 ||

ஏலாலவங்க கனசார சுகந்தி தீர்த்தம்
திவ்யம் வியத்ஸரிதி ஹேமகடேஷு பூர்ணம் I
த்ருத்வாத்ய வைதிகசிகாமணய ப்ருஹ்ருஷ்டா
திஷ்டந்தி வேங்கடபதே தவ சுப்ரபாதம் II

சொற்களின் விளக்கம்

ஏலாலவங்க - ஏலம், இலவங்கம்

கனசார - பச்சை கற்பூரம் போன்றவை கலந்த

சுகந்தி - மணம் கமழும்

தீர்த்தம் - நீரை

திவ்யம் - முழுமையாக

வியத்ஸரிதி - (வியத்-ஆகாயம், ஸரிதி - கங்கை) திருப்பதியில்
உள்ள ஆகாயகங்கை தீர்த்தத்தின்

ஹேமகடேஷூ - (golden pots) தங்கக் குடங்களில்

பூர்ணம் - நிறைத்துக் கொண்டு

த்ருத்வாத்ய - ஞான குருமார்களும்

வைதிகசிகாமணய - வேத மொழி நவிலும் வேதியர்களும்

ப்ருஹ்ருஷ்டா - (delighted) மன மகிழ்ச்சியுடன்

திஷ்டந்தி - (stand) நிற்கின்றார்கள்

வேங்கடபதே - திருவேங்கடநாதரே

தவ சுப்ரபாதம் - இனிய காலைப் பொழுது புலர்கிறது, எழுந்த-
ருள்வீரே!

தெளிவுரை

வேத மொழி நவிலும் வேதியர்களும், ஞான குருமார்களும் மன
மகிழ்ச்சியுடன் ஏலம், இலவங்கம், பச்சை கற்பூரம் போன்றவை
கலந்த மணம் கமழும் ஆகாயகங்கையின் தீர்த்தத்தை தங்கக்
குடங்களில் முழுமையாக நிறைத்துக் கொண்டு பணிவுடன் காத்து
நிற்கின்றார்கள். திருவேங்கட மலையில் எழுந்தருளியுள்ள ஸ்ரீ-
வெங்கடேஷ்வரரே, இனிய காலைப் பொழுது புலர்கிறது, எழுந்-
தருள்வீரே!

கருத்துரை

இந்தப் பாடல் திருப்பதி மலையில் அதிகாலையில் சுப்ரபாதப் பூஜையின் போது செய்யப்படும் திருச்சடங்குகள் பற்றி விவரிக்கி-றது.

திருப்பதி ஏழுமலையான் கோயில் அதிகாலை 3 மணிக்கு திறக்-கப்பட்டு 3.30 வரை சுப்ரபாத தரிசனம் நடக்கும்.

சுப்ரபாதம் பாடி முடித்ததும் சன்னதி திறக்கப்பட்டு திருப்பதி மலையிலுள்ள ஆகாய கங்கை தீர்த்தத்திலிருந்து மூன்று குடங்-களில் புனிதநீர் வந்துசேரும். ஒரு குடம் நீரை காலை பூஜைக்-கும், மற்றொன்றை மாலை பூஜைக்கும், இன்னொன்றை இரவு பூஜைக்கும் எடுத்து வைப்பார்கள். பிரம்மோற்ஸவ காலத்தில் மட்-டும் யானைமீது தீர்த்தம் கொண்டு வரப்படும். ஒரு குடம் தண்-ணீரை ஐந்து வெள்ளி பாத்திரங்களில் நிரப்புவார்கள். பின்னர் ஸ்பூன் போன்று உள்ள உத்தரணியில் தண்ணீர் எடுத்து சுவாமி முன்பு அர்ச்சகர் நீட்டுவார். சுவாமி அதில் முகத்தை அலம்பிக் கொள்வார் என்பது ஐதீகம். பின்னர் மீதி உள்ள தண்ணீரை சுவா-மியின் பாதத்தில் அபிஷேகம் செய்வார்கள். முழு மூர்த்திக்கும் அபிஷேகம் நடப்பதில்லை. மூலவருக்கு பதிலாக அருகிலுள்ள போக ஸ்ரீனிவாச மூர்த்திக்கு அபிஷேகம் செய்யப்படும்.

II 26 II

பாஸ்வான் உதேதி விகசானி சரோருகானி
சம்பூரயந்தி நினதை ககுபோ விகங்கா I
ஸ்ரீவைஷ்ணவா சததம் அர்த்தித மங்களாஸ்தே
தாமாச்ரயந்தி தவ வேங்கட சுப்ரபாதம் II

சொற்களின் விளக்கம்

பாஸ்வான் - சூரியன்

உதேதி - எழுகின்றான்

விகசானி - (blossoming) மலர்கின்றன

சரோருகானி - தாமரை மலர்கள்

சம்பூரயந்தி - முழுவதுமாய் நிரப்புகின்றன

நினதை - (sound) சப்தம்

ககுபோ - (all directions) எல்லா திசைகளிலும்

விகங்கா - (birds) பறவைகள்

ஸ்ரீவைஷ்ணவா - வேத விற்பன்னர்கள்

சததம் - எப்போதும்

அர்த்தித - விரும்பி அர்ச்சிக்கும்

மங்களாஸ்தே - மங்கள மொழிகளை

தாமாச்ரயந்தி - உங்கள் திருக்கோவிலின் முன் வணங்கி நிற்கின்-
றனர்

தவ வேங்கட சுப்ரபாதம் - திருவேங்கடநாதரே, இனிய காலைப்
பொழுது புலர்கிறது, எழுந்தருள்வீரே!

தெளிவுரை

சூரியன் கிழக்கில் உதித்து எழுகின்றான். தாமரை மலர்கள் மலர்-
கின்றன. பறவைகள் எல்லா திசைகளிலும் ஒலி எழுப்பி இனிய
நாதத்தை முழுவதுமாய் நிரப்புகின்றன.

வேத விற்பன்னர்கள் தாங்கள் எப்போதும் விரும்பி அர்ச்சிக்கும்
மங்கள மொழிகளைச் சொல்லி உங்கள் திருக்கோவிலின் முன்

வணங்கி நிற்கின்றனர்.

திருவேங்கடநாதரே, இனிய காலைப் பொழுது புலர்கிறது, எழுந்-
தருள்வீரே!

கருத்துரை

இந்தப் பாடலில் அதிகாலை வேளையில் திருப்பதி திருக்கோவி-
லின் மங்கள பூஜைகளை அண்ணங்காச்சாரியார் அழகாக சித்த-
ரிக்கிறார்.

சுப்ரபாதம் பாடி முடித்ததும் சுவாமிக்கு பாலும் வெண்ணெயும்
படைத்து "நவநீத ஹாரத்தி" எனப்படும் தீபாராதனை செய்யப்ப-
டும். விஸ்வரூப தரிசனம் என்றும் இதை சொல்வதுண்டு.

காலை 3.45 மணிக்கு தோள் மாலை சேவை எனப்படும்
"தோமாலை சேவை" ஆரம்பமாகும்.

அர்ச்சகர் சுவாமியின் மார்பில் இருக்கும் மகாலட்சுமிக்கு முதலில்
பூச்சரத்தை சாத்துவார். பின்னர் சுவாமிக்கு மாலைகள் சாத்தப்ப-
டும்.

பெருமாளுக்கு மாலை சாத்தி முடித்து அடுக்கு தீபாராதனை
செய்யப்படும்.

அதுவரை வேத விற்பன்னர்களும், மற்றவர்களும் திருப்பள்ளி
எழுச்சி, திருப்பாவை பாசுரங்களை பாடுவார்கள்.

இதையடுத்து கொலுவு தரிசனம் 15 நிமிடங்கள் நடக்கும். இதற்-
காக உள்ள "கொலுவு ஸ்ரீநிவாச மூர்த்தி" விக்ரகம் ஏழுமலை-
யான் சன்னதிக்குள் இருக்கிறது.

பிறகு அர்ச்சகர் ஒரு பஞ்சாங்கத்தை பிரித்து, அன்றைய நாள்,
நட்சத்திரம், திதி உள்ளிட்ட விவரங்களை வாசிப்பார்.

கொலுவு தரிசனத்தை அடுத்து சகஸ்ரநாம அர்ச்சனை நடக்கும். சகஸ்ரநாம அர்ச்சனை முடிந்து "அர்ச்சனாந்தர தரிசன" பூஜை காலை 6.30 மணி வரை செய்யப்படும்.

II 27 II

பிரம்மா ஆதய சுரவரா ஸமகர்ஷயஸ்தே
சந்தஸ் சனந்தனமுகாஸ்தவ யோகிவர்யா I
தாமாந்திகே தவஹி மங்கள வஸ்து ஹஸ்தா
ஸ்ரீ வேங்கடாசலபதே தவ சுப்ரபாதம் II

சொற்களின் விளக்கம்

பிரம்மா - பிரம்மாவும்

ஆதய - (and others) மற்றவர்களும்

சுரவரா - தேவர்களின் தலைவனான இத்திரனும்

ஸமகர்ஷயஸ்தே - சம்ஹாரம் புரிகின்ற சிவனும்

சந்தஸ் - மற்ற முனிவர்களும்

சனந்தன முகாஸ்தவ - சனத்குமாரர், சனகர், சதானந்தர், சனா-
தனர்

யோகிவர்யா - போன்ற உயர்ந்த யோகிகளும்

தாமாந்திகே - உமது திருக்கோவில்முன்

தவஹி - தாங்கள் தவம் புரிந்து பெற்ற

மங்கள வஸ்து - மங்களகரமான பொருட்களை

ஹஸ்தா - (ஹஸ்தம் - கை) தங்கள் கைகளில் வைத்துக்கொண்டு

ஸ்ரீ வேங்கடாசலபதே - திருவேங்கடநாதரே

தவ சுப்ரபாதம் - இனிய காலைப் பொழுது புலர்கிறது, எழுந்த-
ருள்வீரே!

தெளிவுரை

பிரம்மாவும், மற்றவர்களும், தேவர்களின் தலைவனான இத்தி-
ரனும், சம்ஹாரம் புரிகின்ற சிவனும் மற்ற முனிவர்களும் சனத்கு-
மாரர், சனகர், சதானந்தர், சனாதனர் போன்ற உயர்ந்த யோகிக-
ளும் உமது திருக்கோவில்முன் தாங்கள் தவம் புரிந்து பெற்ற மங்-
களகரமான பொருட்களை தங்கள் கைகளில் வைத்துக்கொண்டு
அவைகளை உமக்கு காணிக்கையாகச் செலுத்தக் காத்திருக்கின்-
றனர். ஸ்ரீவெங்கடேஷ்வரரே, இனிய காலைப் பொழுது புலர்கிறது,
எழுந்தருள்வீரே!

கருத்துரை

இந்தப் பாடலில் எங்கும் நிறைந்த ஸ்ரீமகாவிஷ்ணுவின் பெருமை-
களை அண்ணங்காச்சாரியார் அழகாக பாடுகிறார்.
ஸ்ரீ மகா விஷ்ணு வைணவ சமயத்தின் முழுமுதற் கடவுள்
ஆவார். மும்மூர்த்திகளில் ஒருவரான விஷ்ணு மூவுலகையும்
காப்பவராக இருக்கிறார். இவர் பிறப்பும், இறப்பும் இல்லா பரம்-
பொருளாக இருப்பதால் பரப்பிரம்மன், பரமாத்மா என்ற பெயர்-
களில் அழைக்கப்படுகிறார். விஷ்ணு என்ற சொல்லுக்கு எங்கும்
நிறைந்திருப்பவர் என்று பொருள். விஷ்ணு தனக்கு வலப்புறம்
பிரம்மாவை படைப்பதற்கும் இடப்புறம் சிவனை அழிப்பதற்காகவும்
தோற்றுவித்தார் என வேதவியாசரால் சொல்லப்படுகிறது. இந்து
சமயப் புராணங்களில் படைப்புக் கடவுள் பிரம்மா முதன் முதலாக

படைத்ததாகச் சொல்லப்படும் நால்வரில் ஒருவர் சனத்குமாரர். மற்ற மூவர் சனகர், சதானந்தர், சனாதனர் என்பவர்கள் ஆவர். இவர்கள் நால்வரையும் படைத்தல் தொழிலில் ஈடுபடச் சொன்-னார் பிரம்மா. ஆனால் அவர்கள் தோன்றியவுடனேயே ஆன்மிக அறிவில் சிறந்த நித்திய பிரம்மச்சரிய வாழ்வை மேற்கொண்டனர். பரம்பொருளின் தியானத்தைத் தவிர வேறு எதிலும் அவர்கள் மனம் செல்லவில்லை.

|| 28 ||

லஷ்மீநிவாச நிரவத்ய குணைக சிந்தோ
சம்சார சாகர சமுத்தரநைகசேதோ I
வேதாந்த வேத்ய நிஜ வைபவ பக்த போக்ய
ஸ்ரீவேங்கடாசலபதே தவ சுப்ரபாதம் II

சொற்களின் விளக்கம்

லஷ்மீநிவாச - மகாலட்சுமி வாசம் செய்யும் மலர்மார்பனே

நிரவத்ய - (excellent) உயர்ந்த

குணைக - பெருங்குணங்கள் நிறைந்த

சிந்தோ -கருணைக்கடலே

சம்சார சாகர - பிறவிப்பெருங்கடலை

சமுத்தரநைகசேதோ - சமுத்தரந + ஏகசேதோ

சமுத்தரந - கடந்து கரை சேர்க்கும்

ஏகசேதோ - (சேது - பாலம்) - ஒரே பாலமாக இருப்பவரே

வேதாந்த வேத்ய - வேதங்களின் உட்பொருளானவரே

நிஜ வைபவ - உண்மையான பேரின்பம் தருபவரே

பக்த - பக்தர்களின்

போக்ய - பேரானந்தமே

ஸ்ரீ வேங்கடாசலபதே - திருவேங்கடநாதரே

தவ சுப்ரபாதம் - இனிய காலைப் பொழுது புலர்கிறது, எழுந்த-
ருள்வீரே!

தெளிவுரை

மகாலட்சுமி வாசம் செய்யும் மலர்மார்பனே, உயர்ந்த பெருங்-
குணங்கள் நிறைந்த கருணைக்கடலே, பிறவிப்பெருங்கடலைக்
கடந்து கரை சேர்க்கும் ஒரே பாலமாக இருப்பவரே, வேதங்களின்
உட்பொருளானவரே, உண்மையான பேரின்பம் தருபவரே, பக்-
தர்களின் பேரானந்தமே, திருவேங்கடநாதரே, இனிய காலைப்
பொழுது புலர்கிறது, எழுந்தருள்வீரே!

கருத்துரை

இந்தப் பாடலில் எங்கும் நிறைந்த ஸ்ரீமகாவிஷ்ணுவின் பெருமை-
களை அண்ணங்காச்சாரியார் விவரிக்கிறார்.

உலகைப் படைத்துக் காத்து, அழிக்கும் பரமனான விஷ்ணு மிக
உயர்ந்த உத்தமபுருஷர் என்கிறது வேதம். எல்லாவற்றிற்கும் மூல-
மானவரும், அனைத்தையும் படைத்தவர் என்றும் விஷ்ணுவை
வேதம் சொல்லுகிறது.

மடியிலா மன்னவன் எய்தும்; அடியளந்தான்
தாஅயது எல்லாம் ஒருங்கு (குறள் 610)

என்ற குறளில் தெய்வப்புலவர் திருவள்ளுவர் அடியளந்தான்
என்று திருமாலை குறிப்பிடுகிறார். திருவிக்கிரமன் என்பதும் திரு-

மாலின் திவ்யநாமங்களில் ஒன்றாகும். மேலும், பொய்யாமொழிப்
புலவர் திருவள்ளுவர் கடவுள் வாழ்த்து அதிகாரத்தில்
பிறவிப் பெருங்கடல் நீந்துவர் நீந்தார்
இறைவன் அடிசேரா தார் (குறள் 10)
என்று பிறவிப்பெருங்கடலைக் கடந்து கரை சேர்க்கும் ஒரே பால-
மாக இருப்பவர் இறைவன் ஒருவரே என்கிறார்.

|| 29 ||

இத்தம் விருஷாசலபதே இக சுப்ரபாதம்
யே மானவா ப்ரதி தினம் படிதும் ப்ரவிருத்தா I
தேஷாம் பிரபாத சமயே, ஸ்மிருதிரங்கபாஜாம்
பிரஜ்ஞாம் பரார்த்த சுலபாம் பரமாம் ப்ரஸூதே II

சொற்களின் விளக்கம்

இத்தம் விருஷாசலபதே - இப்படியாக விருஷமலையின்
இக சுப்ரபாதம் - ஸ்ரீவெங்கடேஷ்வரரின் திருப்பள்ளியெழுச்சி-
யினை
யே மானவா - யாரொருவர் மனதால் நினைத்து, உணர்ந்து
ப்ரதி தினம் - ஒவ்வொரு நாளும்
படிதும் - படித்தும்
ப்ரவிருத்தா - முழுதும் கற்றுணர்ந்து
தேஷாம் - (their) இருப்பவர்களை
பிரபாத சமயே - (morning hour) அதிகாலை வேளையில்
ஸ்மிருதிரங்கபாஜாம் - ஸ்மிருதி + அங்க + பாஜாம்
ஸ்மிருதி - மனதில் நினைத்து

அங்க - உடலால் உணர்ந்து

பாஜாம் - வழிபடுபவர்கள்

மனதில் நினைத்தும், உடலால் உணர்ந்தும் வழிபடுபவர்கள்

பிரஜ்ஞாம் - (intelligence) மெய்யறிவுடன்

பரார்த்த சுலபாம் - சுலபமாக உயர்ந்த

பரமாம் - பரப்பிரம்மமான ஞானத்தை

ப்ரஸஎ்தே - (lead them) அடைவார்கள்

தெளிவுரை

யாரொருவர் ஒவ்வொரு நாளும் அதிகாலை வேளையில் ஸ்ரீ-வெங்கடேஷ்வரரை மனதார வழிபாடு செய்து இந்த திருவேங்க-டநாதரின் திருப்பள்ளியெழுச்சியை மனதால் நினைத்தும், காதால் கேட்டும், முழுதும் கற்றுணர்ந்தும், படித்தும் வருபவர்கள் சிறப்பு மிகுந்த மேலான மெய்யறிவு பெறுவதுடன், சுலபமாக உயர்ந்த பரப்பிரம்மஞானத்தையும் பெறுவார்கள்.

கருத்துரை

இந்தப் பாடலில் அண்ணங்காச்சாரியார் இதுவரை சொல்லப்பட்ட திருவேங்கடநாதரின் திருப்பள்ளியெழுச்சி யின் சிறப்பான பலன்-களை எடுத்தியம்புகிறார்.

உலகம் முழுவதும் பல்வேறு நாடுகளில் உள்ள வைணவத் திருத்-தலங்களில் ஸ்ரீ வேங்கடேஸ்வர சுப்ரபாதம் அதிகாலை வேளை-யில் பாடப்பட்டு வருகின்றது.

அதிகாலையில் நம் இல்லங்களில் ஸ்ரீ வேங்கடேச சுப்ரபாதம் ஒலித்தால் வீட்டில் மங்களம் நிறையும். திருமகள் கடாட்சம் பெரு-

கும்.

திருவெங்கடமுடையோனின் சன்னதியில் தினந்தோறும் காலை வேலைகளில் நடைபெறுகின்ற வைபவங்களை அழகுறக் கண்முன் நிறுத்துகின்ற பேரானந்த அனுபவமும், நேர்மறை எண்ணங்-களைத்தரும் ஆனந்த வலிமையும் ஸ்ரீவேங்கடேச சுப்ரபாதத்திற்கு உண்டு.

கலியுகத்தின் கண்கண்ட தெய்வமாகிய ஸ்ரீ வேங்கடநாதனை துதிப்போர் திருமகள் அருள்பெற்று வளமான வாழ்வுதனைப் பெறுவார்கள் என்பதில் சிறிதளவும் சந்தேகமில்லை.

3. ஸ்ரீ வேங்கடேச ஸ்தோத்திரம்

‖ 1 ‖

கமலா குசசூசுக குங்குமதோ

நியதாருணிதாதுல நீலதனோ *I*

கமலாயதலோசன லோகபதே

விஜயீபவ வேங்கடசைலபதே *II*

சொற்களின் விளக்கம்

கமலா - தாமரை மலரமர்ந்த ஸ்ரீமகாலட்சுமித் தாயார்

குசசூசுக - மார்பில் அமர்ந்ததால்

குங்குமதோ - குங்குமத்தால்

நியதாருணிதாதுல - நியத் + ஆருணி + தாதுல

நியத் - வழக்கமான

ஆருணி - (reddened) சிவப்பாக்கப்பட்டு

தாதுல - உள்ளது

நீலதனோ - கருநீலம் வண்ணம் கொண்ட

கமலாயதலோசன - தாமரை மலர் போல் கண்கள் கொண்டவரே

லோகபதே - உலகத்தைக் காப்பவரே

விஜயீபவ - வெற்றியைத் தருபவரே

வேங்கடசைலபதே - திருவேங்கடநாதரே

தெளிவுரை

திருவேங்கடநாதரே, வெற்றியைத் தருபவரே, உலகத்தைக் காப்ப-
வரே, தாமரை மலர் போல் கண்கள் கொண்டவரே, வழக்கமாக
கருநீல வண்ணம் கொண்ட உமது திருமேனி, தாமரை மலரமர்ந்த
ஸ்ரீமகாலட்சுமித் தாயார் உமது மார்பில் அமர்ந்ததால் குங்குமத்-
தால் சிவப்பாக்கப்பட்டு உள்ளது! நாங்கள் நலம்பெறக் காத்தருள்
வேங்கடவா!

॥ 2 ॥

ஸ்ரீசதுர்முக சண்முக பஞ்சமுக
பிரமுகாகில தைவத மௌலி மனே I
சரணாகத வத்சல ஸாரநிதே
பரிபாலயமாம் விருஷ சைலபதே II

சொற்களின் விளக்கம்

ஸ்ரீசதுர்முக - நான்முகனாகிய பிரம்மா
சண்முக - ஆறுமுகனாகிய முருகப் பெருமாள்
பஞ்சமுக - ஐந்து முகம் கொண்ட சிவபெருமான்
பிரமுகாகில - அகிலத்தில் உள்ள
தைவத - தெய்வங்களின்
மௌலி மனே - உயர்ந்த தெய்வமே
சரணாகத வத்சல - அன்புடன் சரணடைந்தோம்
ஸாரநிதே - ஒப்பற்ற செல்வமே

பரிபாலயமாம் - உலகைக்காக்கும்
விருஷ சைலபதே - திருவேங்கடமான புண்ணிய மலையின் நாய-
கரே

தெளிவுரை

திருவேங்கடமான புண்ணிய மலையின் நாயகரே, உலகைக்காக்-
கும் ஒப்பற்ற செல்வமே, பிரம்மா, சிவன், முருகன் போன்ற அகி-
லத்தில் உள்ள தெய்வங்களின் தெய்வமான ஸ்ரீமகாவிஷ்ணுவே,
உங்களை அன்புடன் சரணடைந்தோம், நாங்கள் நலம்பெறக் காத்-
தருள் வேங்கடவா!

॥ 3 ॥

அதிவேலதயா தவ துர்விஷஹை
அனுவேல க்ருதைர் அபராத சதை I
பரிதம் த்வரிதம் வ்ருஷ சைலபதே
பரயா க்ருபயா பரிபாஹி ஹரே II

சொற்களின் விளக்கம்

அதிவேலதயா - அளவிற்கதிகமான
தவ துர்விஷஹை - உங்களால் பொறுக்க முடியாத
அனுவேல - ஒவ்வொரு நாளும்
க்ருதைர் - ஆர்வ மிகுதியால்
அபராத சதை - நூற்றுக்கணக்கான தவறுகளை
பரிதம் - பேராசையால்

த்வரிதம் - பொறுமை இழந்து செய்தாலும்

வ்ருஷ சைலபதே - புண்ணிய மலையின் நாயகரே

பரயா - போதுமான

க்ருபயா - கருணை கூர்ந்து

பரிபாஹி ஹரே - காத்தருள்வாய் தெய்வமே

தெளிவுரை

ஸ்ரீமகாவிஷ்ணுவே, புண்ணியம் நிறைந்த மலையான திருவேங்க-டமலையின் நாயகரே, உங்களால் பொறுத்துக் கொள்ள முடியாத அளவிற்கதிகமான நூற்றுக்கணக்கான தவறுகளை ஒவ்வொரு நாளும் பேராசை என்ற ஆர்வ மிகுதியால் பொறுமை இழந்து நாங்கள் செய்தாலும், தாங்கள் கருணை கூர்ந்து அவைகளை மன்னித்துக் காத்தருள்வீரே!

॥ 4 ॥

அதி வேங்கட சைலம் உதாரமதே

ஜன தாபி மதாதிக தானரதாத் I

பரதேவ தயா கதி தாந் நிகமை:

கமலா தயிதாந் ந பரம் கலயே II

சொற்களின் விளக்கம்

அதி - உயர்ந்த

வேங்கட சைலம் - திருவேங்கடமலை

உதாரமதே - பெருமைகள் மிகுந்த

ஜனதாபிமதாதிக- ஜனதா + அபிமாத + அதிக

ஜனதா - மக்கள்

அபிமாத - வேண்டுகின்றதை விட

அதிக - அதிகமாக

தானரதாத் - தானம் தருபவரே

பரதேவ தயா - மற்ற தெய்வங்களை

கதிதாந் நிகமை - வேதங்கள் கூறும் மோட்ச

கமலா தயிதாந் - செல்வத்தை தந்து அன்புடன் காப்பவர்

ந பரம் கலயே - இந்த பரந்த உலகத்தில் இல்லை

தெளிவுரை

ஸ்ரீ மகாவிஷ்ணுவே, உயர்ந்த பெருமைகள் மிகுந்த திருவேங்-
கடமலையின் நாயகரே, உலக மக்கள் வேண்டுபவைகளை விட
அதிகமாக அள்ளித்தரும் தயாநிதியே, நான்மறை ஓதிடும் ஓர்
பொருளே, மற்றெந்த தெய்வங்களைக் காட்டிலும் உயர்ந்த மோட்-
சம் தரும் தெய்வம் இந்த பரந்த உலகத்தில் உங்களைத் தவிர
வேறில்லை! நாங்கள் நலம்பெறக் காத்தருள் வேங்கடவா!

॥ 5 ॥

கலவேணு ரவாவ சதகோப வதூ

சதகோடி வ்ருதாத் ஸ்மரகோடி ஸமாத் *I*

ப்ரதி வல்லவிகா அபி மதாத் சுகதாத்

வசுதேவசுதாந் ந பரம் கலயே *II*

சொற்களின் விளக்கம்

கலவேணு - புல்லாங்குழல் இசைத்து

ரவாவ - கானம் புரிந்து ஸ்ரீகிருஷ்ணராக

சதகோப - நூற்றுக்கணக்கான கோபியர்களாகவும்

வதூ - பெண்களாகவும் வந்த

சதகோடி - பலகோடி மெய்யடியார்களை

வ்ருதாத் - மகிழ்வித்து

ஸ்மரகோடி- பல கோடி மனங்களையும்

ஸமாத் - எல்லோரையும் சமமாக

ப்ரதி - எப்போதும்

வல்லவிகா - மங்காப்புகழுடன்

அபிமதாத் - பேரன்பு கொண்ட

சுகதாத் - சுகம்தரும் தெய்வம்

வசுதேவசுதாந் ந பரம் கலயே - வாசுதேவரின் மகன் ஸ்ரீகிருஷ்-
ணரைத் தவிர அகிலத்தில் யாரும் இல்லை

தெளிவுரை

ஸ்ரீ மகாவிஷ்ணுவே, வாசுதேவரின் மகன் ஸ்ரீகிருஷ்ணராக
அவதரித்தவரே!
புல்லாங்குழல் இசைத்து கானம் புரிந்தவரே!
நூற்றுக்கணக்கான கோபியர்களாகவும், பெண்களாகவும் வந்த
உன் பலகோடி மெய்யடியார்கள்மேல் பேரன்பு கொண்டவரே!
எல்லோரின் மனங்களையும் சமமாக மகிழ்வித்து எப்போதும் மங்-
காப்புகழ்கொண்ட சுகம்தரும் தெய்வமே!

உங்களைத் தவிர அகிலத்தில் வேறு யாரும் எங்களைக் காப்பவர்
இல்லை!
நாங்கள் நலம்பெறக் காத்தருள் வேங்கடவா!

|| 6 ||

அபிராம குணாகர தாசரதே
ஜகதேக தனுர்தர தீரமதே I
ரகுநாயக ராம ரமேச விபோ
வரதோ பவ தேவ தயாஜலதே II

சொற்களின் விளக்கம்

அபிராம - அழகிய மகிழ்முகம் கொண்ட

குணாகர - நற்குணம் நிறைந்த

தாசரதே - தசரதனின் மகனே

ஜகதேக - உலகத்தின் ஒப்பற்ற

தனுர்தர - தனுசைக் கொண்டிருக்கும் கோதண்டபாணியே

தீரமதே - வீரம் நிறைந்தவரே

ரகுநாயக - ரகுகுல நாயகனான

ராம - ஸ்ரீ இராமபிரானே

ரமேச - மனதை மகிழ்விக்கும்

விபோ - எங்கள் தெய்வமே

வரதோ பவ - வரம் தரும் வள்ளலே

தேவ - தேவர்கள் தொழும்

தயாஜலதே - கருணைக்கடலே

தெளிவுரை

அழகிய மகிழ்முகம் கொண்ட நற்குணம் நிறைந்த தசரதனின் மகனே, உலகத்தின் ஒப்பற்ற தனுசைக் கொண்டிருக்கும் கோதண்-டபாணியே, வீரம் நிறைந்தவரே, ரகுகுல நாயகனான ஸ்ரீ இரா-மபிரானே, மனதை மகிழ்விக்கும் எங்கள் தெய்வமே, வரம் தரும் வள்ளலே, தேவர்கள் தொழும் கருணைக்கடலே, எழுந்தருள்வீரே! நாங்கள் நலம்பெறக் காத்தருள் வேங்கடவா!

II 7 II

அவனி தனயா கமநீய கரம்
ரஜனீகர சாரு முக அம்புருஹம் I
ரஜனீசர ராஜ தமோ மிகிரம்
மகனீயம் அகம் ரகுராமமயே II

சொற்களின் விளக்கம்

அவனி - இந்த அகில உலகத்தின்

தனயா - செல்வநாயகியான ஸ்ரீசீதாதேவிக்கு

கமநீய - உமது அழகிய

கரம் - நீண்ட கைகளும்

ரஜனீகர - உமது சந்திரனை ஒத்த

சாரு முக அம்புருஹம் - தாமரை போன்ற சுந்தர முகமும்

ரஜனீசர - அசுரனான ராவணனையும்

ராஜ தமோ - துஷ்டர்களையும் வதம் செய்து ஆட்சி செய்த

மிகிரம் - சூரியனே
மகனீயம் அகம் - உயர்ந்த உள்ளம் கொண்ட
ரகுராமமயே - ஸ்ரீரகுராமரான எங்கள் தெய்வமே

தெளிவுரை

இந்த அகில உலகத்தின் செல்வநாயகியான ஸ்ரீசீதாதேவி மாதா-
வுக்கு, உமது அழகிய நீண்ட கைகளும், உங்களுடைய சந்திரனை
ஒத்த தாமரை போன்ற சுந்தர முகமும் பேரானந்தத்தை அளிக்-
கிறது.

அசுரனான ராவணனையும் மற்ற துஷ்டர்களையும் வதம் செய்து
ஆட்சி புரிந்த சூரியனே,

உயர்ந்த உள்ளம் கொண்ட ஸ்ரீரகுராமரான எங்கள் தெய்வமே,
நாங்கள் நலம்பெறக் காத்தருள்வீரே, திருவேங்கடவா!

॥ 8 ॥

ஸௌமுகம் ஸௌஹ்ருதம் ஸௌலபம் ஸௌகதம்
ஸ்வனுஜம் ச ஸௌகாயம் அமோகசரம் I
அபஹாய ரகூத்வகம் அன்யம் அகம்
ந கதஞ்சன கஞ்சன ஜாது பஜே II

சொற்களின் விளக்கம்

ஸௌமுகம் - பேரழகான முகமும்
ஸௌஹ்ருதம் - உயர்ந்த உள்ளமும் கொண்டவரே
ஸௌலபம் - எளிதில் அடையக்கூடியவரே

ஸௌகதம் - சுகம் தரும் வள்ளலே

ஸ்வனுஜம் - உமது தம்பி ஸ்ரீலட்சுமணரும்

ச ஸௌகாயம் - அவர் மகிழ்ந்து

அமோகசரம் - குறி தவறாத உமது பாணங்களும்

அபஹாய - இவை தவிர

ரகூத்வகம் - ஸ்ரீரகுராமர்

அன்யம் - வேறு ஒருவர்

அகம் - எங்கள் மனத்தில்

ந கதஞ்சன - எப்போதும் இல்லை

கஞ்சன - யாரும் இல்லை

ஜாது - என்றும் இல்லை

பஜே - நாங்கள் வழிபடத் தகுந்த தெய்வமாக

தெளிவுரை

பேரழகான முகம் கொண்ட சுந்தரரூபனே, ஸ்ரீராமரே,

உயர்ந்த உள்ளம் கொண்ட உத்தமரே,

எல்லோராலும் எளிதில் அடையக்கூடியவரே,

சுகம் தரும் வள்ளலே,

உமது தம்பி ஸ்ரீலட்சுமணரோடு அவர் மகிழ குறி தவறாது

பாணங்களைப் பிரயோகிப்பவரே,

நாங்கள் வழிபடத் தகுந்த தெய்வமாக ஸ்ரீரகுராமராகிய உங்களைத்

தவிர வேறு ஒருவர் எங்கள் மனத்தில் எப்போதும் இல்லை,

யாரும் இல்லை, என்றும் இல்லை,

நாங்கள் நலம்பெறக் காத்தருள் வேங்கடவா!

॥ 9 ॥

விநா வேங்கடேசம் ந நாதோ ந நாத

சதா வேங்கடேசம் ஸ்மராமி ஸ்மராமி I

ஹரே வேங்கடேச ப்ரஸீத ப்ரஸீத

ப்ரியம் வேங்கடேச ப்ரயச்ச ப்ரயச்ச II

சொற்களின் விளக்கம்

விநா - *(without you)* நீங்களில்லாமல்

வேங்கடேசம் - திருவேங்கட பெருமாளே

ந நாதோ - வேறு ஒர் தெய்வம் எங்களுக்கில்லை

ந நாத - வேறு ஒர் தலைவன் எங்களுக்கில்லை

சதா - *(always)* எப்போதும்

வேங்கடேசம் - திருவேங்கட பெருமாளே

ஸ்மராமி ஸ்மராமி - *(remember)* நினைவே, நினைவே

ஹரே வேங்கடேச - ஹரியே, திருவேங்கட பெருமாளே

ப்ரஸீத ப்ரஸீத - *(gracious)* கனிவானவரே, கனிவானவரே

ப்ரியம் - அதிகப் பிரியம் கொண்டவரே

வேங்கடேச - திருவேங்கட பெருமாளே

ப்ரயச்ச ப்ரயச்ச - *(give)* தருவீரே, தருவீரே

தெளிவுரை

இந்தப் பரந்த உலகத்தில் நீங்களில்லாமல் திருவேங்கட பெரு-
மாளே, வேறு ஒர் தெய்வம் எங்களுக்கில்லை. வேறு ஒர் தலை-
வன் எங்களுக்கில்லை. திருவேங்கட பெருமாளே, எப்போதும்

உங்கள் நினைவே, உங்கள் நினைவே. ஹரியே, திருமாலவரே, பேரன்பு கொண்ட கனிவானவரே, கனிவானவரே, எங்கள் மீது அதிகப் பிரியம் கொண்டவரே, திருவேங்கடநாதரே, திருவருள் கொண்டு உன் அடியார்களான எங்களுக்கு அருட்செல்வமும், பொருட்செல்வமும் தருவீரே, தருவீரே!

II 10 II

அகம் தூரதஸ்தே பதாம்போஜ யுக்ம
ப்ரணாம் இச்சய ஆகத்ய சேவாம் கரோமி I
ஸக்ருத் சேவயா நித்யசேவா பலம் த்வம்
ப்ரயச்ச ப்ரயச்ச ப்ரபோ வேங்கடேச II

சொற்களின் விளக்கம்

அகம் - எங்கள் மனத்தில் எண்ணி

தூரதஸ்தே - வெகு தூரத்தில் இருந்து

பதாம்போஜ யுக்ம - உமது தாமரைத் திருப்பாதங்களை

ப்ரணாம் - தலை வணங்கி

இச்சய - மனம் விரும்பி

ஆகத்ய - வந்தடைந்தோம்

சேவாம் கரோமி - உம்மை வழிபாடு செய்ய

ஸக்ருத் - (for ever) எப்போதும்

சேவயா - இந்தத் திருச்சேவையாகிய

நித்யசேவா பலம் - தொடர்ந்து வழிபடும் வாய்ப்பை

த்வம் - நீங்கள்

ப்ரயச்ச ப்ரயச்ச - (give) எங்களுக்குத் தருவீரே, தருவீரே

ப்ரபோ - எங்கள் தெய்வமான

வேங்கடேச - திருவேங்கட பெருமாளே

தெளிவுரை

வெகு தூரத்தில் இருந்து உமது அழகிய தாமரைத் திருப்பாதங்-
களை எங்கள் மனதில் நினைத்து, அந்தத் தூய பொற்பதங்களை
வழிபாடு செய்யத் தலை வணங்கி, மனம் விரும்பி, உமது திருத்-
தலமாம் திருப்பதியை வந்தடைந்தோம். எப்போதும் இந்தத் திருச்-
சேவையாகிய திருவடி வழிபாட்டை நீங்கள் எங்களுக்குத் தந்த-
ருள்வீரே, எங்கள் தெய்வமான திருவேங்கட பெருமாளே!

॥ 11 ॥

அக்ஞானினா மயா தோஷான்

அசேஷாந் விகிதான் ஹரே I

க்ஷமஸ்வ த்வம் க்ஷமஸ்வ த்வம்

சேஷ சைல சிகாமணே I

சொற்களின் விளக்கம்

அக்ஞானினா - அறியாமல் அஞ்ஞானத்தால்

மயா - எங்களால்

தோஷான்- செய்யப்பட்ட பல பாவங்களை

அசேஷாந் - *(completely)* முழுவதுமாய்

விகிதான் - *(respectful prayer)* தாழ்ந்து வணங்கி

ஹரே - ஹரியே

க்ஷமஸ்வ த்வம் - தாங்கள் அவைகளை மன்னித்தருள்வீரே

க்ஷமஸ்வ த்வம் - தாங்கள் அவைகளை மன்னித்தருள்வீரே

சேஷ சைல சிகாமணே - சேஷாத்ரி மலையின் நாயகரே

தெளிவுரை

சேஷாத்ரி மலையின் நாயகரே,

தாழ்ந்து பணிந்து வணங்கி வேண்டுகிறோம், ஹரியே,

அறியாமல் அஞ்ஞானத்தால் எங்களால் செய்யப்பட்ட பல பாவங்–

களை முழுவதுமாய் மன்னித்தருள்வீரே, மன்னித்தருள்வீரே,

நாங்கள் நலம்பெறக் காத்தருள்வீரே, திருவேங்கடவா!

4. ஸ்ரீ வேங்கடேச பிரபத்தி

|| 1 ||

ஈஸானாம் ஜகதோஸ்ய வேங்கடபதேர்
விஷ்ணோ பராம் ப்ரேயஸீம்
தத்வக்ஷ்ஸ் ஸ்தல நித்ய வாஸரஸிகாம்
தத்க்ஷாந்தி ஸம்வர்தினீம் |
பத்மாலங்க்ருத பாணிபல்லவ யுகாம்
பத்மாஸ நஸ்தாம் ஸ்ரியம்
வாத்ஸல்யாதி குணோஜ்வலாம் பகவதீம்
வந்தே ஜகன்மாதரம் || 1 ||

சொற்களின் விளக்கம்

ஈஸானாம் ஜகதோஸ்ய - (divine mother) தெய்வத்தாயே
வேங்கடபதேர் - திருவேங்கடநாதரின்
விஷ்ணோ பராம் ப்ரேயஸீம் - இந்தப் பரந்த உலகத்தை ஆளும்
ஸ்ரீமகா விஷ்ணுவின் தேவியான எங்கள் தாயே
தத்வக்ஷ்ஸ் ஸ்தல நித்ய - மார்பில் எப்போதும் குடி கொண்டு
வாஸரஸிகாம் - வாஸ+ ரஸிகாம் -மகிழ்வுடன் வாசம் செய்யும்
தத்க்ஷாந்தி - மன அமைதி தருகின்ற
ஸம்வர்தினீம் - (cherished) நேசத்திற்குரிய
பத்மாலங்க்ருத - தாமரை மலர்களால் அலங்கரிக்கப்பட்டு

• 87 •

பாணிபல்லவ யுகாம் - பாற்கடலில் பள்ளி கொண்டவருடன்

பத்மாஸ நஸ்தாம் - பத்மாசனத்தில் அமர்ந்துள்ள

ஸ்ரியம் - செல்வமே

வாத்ஸல்யாதி - பேரன்புடன்

குணோஜ்வலாம் - உயர்ந்த குணங்களுடன் பிரகாசிக்கும்

பகவதீம் - பகவதியான தேவியே

வந்தே ஜகன்மாதரம் - போற்றுகின்றோம் ஜகன்மாதாவே

தெளிவுரை

தெய்வத்தாயே! திருவேங்கடநாதரின் தேவியான எங்கள் தாயே! இந்தப் பரந்த உலகத்தை ஆளும் பாற்கடலில் பள்ளி கொண்டு மன அமைதி தருகின்ற நேசத்திற்குரிய ஸ்ரீமகா விஷ்ணுவின் மார்பில் எப்போதும் குடி கொண்டு மகிழ்வுடன் வாசம் செய்யும் தாயே! தாமரை மலர்களால் அலங்கரிக்கப்பட்டு பத்மாசனத்தில் அமர்ந்துள்ள செல்வியே! ஸ்ரீமகாலட்சுமியே! பேரன்புடன் உயர்ந்த குணங்களுடன் பிரகாசிக்கும் பகவதியான தேவியே! போற்றுகின்-றோம்! ஜகன்மாதாவே! உங்களைப் போற்றி வணங்கி நின் பாதங்-களைச் சரணடைந்தோம்! செல்வங்களை வாரி வழங்கும் தாயே! எங்களைக் காத்தருள்வீரே! தயாநிதியே!

கருத்துரை

ஸ்ரீமகாலட்சுமித் தாயை ''அஷ்டலட்சுமி'' என்று அழைப்பர். ஸ்ரீ-மகாலட்சுமி செல்வங்களை வாரி வழங்கும் தெய்வம். அத்தகைய செல்வங்கள் எட்டு ('அஷ்டம்') ஆகும். ஒவ்வொரு செல்வத்திற்-கும் உரியவராய் தனித்தனியாக எட்டுத் தோற்றங்களில் அருள்

பாலிக்கும் மகாலட்சுமியே அஷ்டலட்சுமி எனக் கொண்டாடப்படு-
கிறார்.

1. ஆதிலட்சுமி - நோய்நொடி அற்ற உடல்நலம்பெறுதல்.

2. தனலட்சுமி - செல்வம் பெருகிச் சேர்தல்.

3. தான்யலட்சுமி - உணவுத் தானியங்கள் தாராளமாகக்
கிடைத்து பசிப்பிணி நீங்கல்.

4. வித்யாலட்சுமி - கல்வியும் ஞானமும் பெறுதல்.

5. வீரலட்சுமி - வாழ்வில் ஏற்படும் இடர்ப்பாடுகளை
எதிர்கொண்டு சமாளிக்க தைரியம் பெறுதல்.

6. விஜயலட்சுமி - நற்காரியங்களில் வெற்றி பெறுதல்.

7. கஜலட்சுமி - வாழ்வில் அனைத்து நற்பாக்கியங்களையும்
பெறுதல்.

8. சந்தானலட்சுமி - குழந்தைப்பேறு சித்தித்தல்.

|| 2 ||

ஸ்ரீமந் க்ருபாஜலனிதே க்ருதஸர்வலோக
ஸர்வஜ்ஞு ஸக்த நதவத்ஸல ஸர்வஸேஷின் |
ஸ்வாமின் ஸுஸீல ஸுலபாஷ்ரித பாரிஜாத
ஸ்ரீவேங்கடேஸ சரணௌ ஸரணம் ப்ரபத்யே ||

சொற்களின் விளக்கம்

ஸ்ரீமந் - ஸ்ரீமகாலட்சுமியுடன் எப்போதும் இருப்பவரே
க்ருபாஜலனிதே - கருணைக்கடலே

க்ருதஸர்வலோக - அனைத்து உலகங்களையும் காப்பவரே

ஸர்வஜ்ஞ - அனைத்தையும் அறிந்தவரே

சக்த - மாபெரும் சக்திமானே

நதவத்ஸல - உன் அடியவர் மேல் அன்பு கொண்ட நாதரே

ஸர்வஸேஷின் - எல்லாமான

ஸ்வாமின் - எங்கள் தெய்வமே

ஸௌஸீல - தூய ஒழுக்க சீலரே

ஸௌலபாஷ்ரித - எளிதில் அடையக்கூடியவரே

பாரிஜாத - வேண்டியதைத்தரும் பாரிஜாத மரமாயிருப்பவரே

ஸ்ரீவேங்கடேஸ - ஸ்ரீவேங்கடவா

சரணௌ - நின் பொற்பாதங்களில்

ஸரணம் - சரணம்

ப்ரபத்யே - அடைந்தோம்

தெளிவுரை

ஸ்ரீமகாலட்சுமித் தாயாருடன் எப்போதும் இருப்பவரே,

கருணைக்கடலே,

அனைத்து உலகங்களையும் காப்பவரே,

அனைத்தையும் அறிந்தவரே,

மாபெரும் சக்திமானே,

அடியவர் மேல் அன்பு கொண்ட நாதரே,

எல்லாமாயிருக்கும் எங்கள் தெய்வமே,

தூய ஒழுக்க சீலரே,

எளிதில் அடையக்கூடியவரே,

வேண்டியதைத்தரும் தரும் பாரிஜாத மரமாயிருப்பவரே,

ஸ்ரீவேங்கடவா! நின் பொற்பாதங்களில் சரணடைந்தோம்! காத்த-
ருள்வீரே!

|| 3 ||

ஆனுபுரார்பித ஸௌஜாத ஸௌகந்தி புஷ்ப
ஸௌரப்ய ஸௌரபகரௌ ஸமஸன்னிவேஸௌ |
ஸௌம்யௌ ஸதானுபவனேபி நவானுபாவ்யௌ
ஸ்ரீவேங்கடேஸ சரணௌ ஸரணம் ப்ரபத்யே ||

சொற்களின் விளக்கம்

ஆனுபுரார்பித - பாதங்களைத்தொடும் அளவு நீண்ட மலர்
மாலையான வனமாலையை அணிந்தவரே
ஸௌஜாத - அழகிய
ஸௌகந்தி - நறுமணமுள்ள
புஷ்ப - மலர்களால் ஆன
ஸௌரப்ய - மேலும் இனிய
ஸௌரபகரௌ - மணம் கொண்டு
ஸமஸன்னிவேஸௌ - அருள் தரும் திருவடிகளில் பட்டதால்
ஸௌம்யௌ - மிகுந்த அழகுடன்
ஸதானுபவனேபி - எப்போதும் இருப்பதை விட மேலும்
நவானுபாவ்யௌ - புதுப்பொலிவு பெற்று
ஸ்ரீவேங்கடேஸ - ஸ்ரீவேங்கடவா
சரணௌ - நின் பொற்பாதங்களில்
ஸரணம் - சரணம்
ப்ரபத்யே - அடைந்தோம்

தெளிவுரை

பாதங்களைத்தொடும் அளவு அழகிய நறுமணமுள்ள மலர்களால் ஆன நீண்ட மலர்மாலையான வனமாலையை அணிந்தவரே! அருள் தரும் உமது திருவடிகளைத் தொட்டதால் இனிய மணம் கொண்ட மலர்கள் மிகுந்த அழகுடன் எப்போதும் இருப்பதை விட மேலும் புதுப்பொலிவு பெற்று நறுமணம் பெருகி மிளிர்கின்றன. மெய்யடியார் வேண்டுவனவற்றைத் தந்தருளும், மனம் தெவிட்டாத பேரழகு கொண்ட நின் பொற்பாதங்களில் நாங்கள் சரணடைந்-தோம்! காத்தருள்வீரே! திருவேங்கடவா!

|| 4 ||

ஸத்யோவிகாஸி ஸமுதித்வர ஸாந்த்ரராக
ஸௌரப்ய நிர்பர ஸரோருஹ ஸாம்யவார்தாம் |
ஸம்யக்ஷு ஸாஹஸபதேஷு விலேகயந்தௌ
ஸ்ரீவேங்கடேஸ சரணௌ ஸரணம் ப்ரபத்யே ||

சொற்களின் விளக்கம்

ஸத்யோவிகாஸி - புதிதாய் மலர்ந்த

ஸமுதித்வர - நன்கு வளர்ந்து

ஸாந்த்ரராக - சிவந்த நிறமுடைய அடர்த்தியான

ஸௌரப்ய - இனிய மணம் கொண்ட

நிர்பர ஸரோருஹ - தாமரை மலர்களுடன்

ஸாம்யவார்தாம் - ஒப்பிட்டுக்கூறி உமது

ஸம்யக்ஷு ஸாஹஸபதேஷு - சிறப்புமிக்க திருப்பாதங்களை

விலேகயந்தெ‍ள - விளக்கிச்சொல்ல முடியுமோ

ஸ்ரீவேங்கடேஸ - ஸ்ரீவேங்கடவா

சரணெள - நின் பொற்பாதங்களில்

ஸரணம் - சரணம்

ப்ரபத்யே - அடைந்தோம்

தெளிவுரை

நன்கு வளர்ந்த சிவந்த நிறமுடைய அடர்த்தியான இனிய மணம்
கொண்ட புதிதாய் மலர்ந்த தாமரை மலர்கள்கூட, உமது சிறப்-
புமிக்க பேரழகாகப் பிரகாசிக்கும் பொற்பாதங்களுக்கு இணையா-
குமோ!
அதனை விளக்கிச்சொல்ல முடியுமோ!
உங்களைப் போற்றி வணங்கி நின் புனிதத்திருப்பாதங்களைச்
சரணடைந்தோம்!
எங்களைக் காத்தருள்வீரே!
தயாநிதியே!
திருமலைவாசனே!

|| 5 ||

ரேகாமய த்வஜ ஸூதா கலஸாதபத்ர
வஜ்ராம்குஸாம்புருஹ கல்பக ஸங்கசக்ரை |
பவ்யைரலம்க்றுததலெள பரதத்வ சிஹ்நை
ஸ்ரீவேங்கடேஸ சரணெள ஸரணம் ப்ரபத்யே ||

சொற்களின் விளக்கம்

ரேகாமய - உமது திருப்பாதங்களில் உள்ள ரேகைகளில்

த்வஜ - திருக்கொடி

ஸௌதா - அழகிய

கலஸாதபத்ர - அமிர்தத் திருக்கலசம், நெடிய குடை

வஜ்ராம்குஸாம்புருஹ - வஜ்ராயுதம், தாமரை மலர்

கல்பக - கற்பக மரம்

ஸங்கசக்ரை - சங்கு, சக்கரம்

பவ்யைரலம்க்றுததலௌ - பவ்யைர் + அலம்க்றுததலௌ

பவ்யைர் - (present) காணப்படுகின்றன

அலம்க்றுததலௌ - அலங்கரித்து

பரதத்வ - பரமானந்தத் தத்துவத்தை விளக்கும்

சிஹ்றை -சின்னங்களாக

ஸ்ரீவேங்கடேஸ - ஸ்ரீவேங்கடவா

சரணௌ - நின் பொற்பாதங்களில்

ஸரணம் - சரணம்

ப்ரபத்யே - அடைந்தோம்

தெளிவுரை

உமது திருப்பாதங்களில் உள்ள ரேகைகளில் அழகிய திருக்கொடி, அமிர்தத் திருக்கலசம், நெடிய குடை, வஜ்ராயுதம், தாமரை மலர், கற்பக மரம், சங்கு, சக்கரம் போன்றவை உயர்ந்த பரமானந்தத் தத்துவத்தை விளக்கும் அலங்காரச் சின்னங்களாகக் காணப்படு-கின்றன.

ஸ்ரீவேங்கடவா!
நின் பொற்பாதங்களில் சரணடைந்தோம்!
காத்தருள்வீரே!

|| 6 ||

தாம்ரோதரத்யுதி பராஜித பத்மராகௌ
பாஹ்றயைர் மஹோபிரபிபூத மஹேந்த்ர நீலௌ |
உத்யந்நகாம்ஸுஒபி ருதஸ்த சஸாங்க பாஸௌ
ஸ்ரீவேங்கடேஸ சரணௌ ஸரணம் ப்ரபத்யே ||

சொற்களின் விளக்கம்

தாம்ரோதரத்யுதி - சிவப்புநிறமாகப் பிரகாசிக்கும்

பராஜித - (surpass, overcome) உயர்ந்த

பத்மராகௌ -பத்மராக ரத்தினங்களைக் காட்டிலும்

பாஹ்றயைர் - தோற்றம் கொண்ட பாதங்களும்

மஹோபிரபிபூத - சிறப்புடன் பளபளக்கும் திருவடிகளும்

மஹேந்த்ர நீலௌ - மகேந்திர நீலக்கற்களைவிட

உத்யந்நகாம்ஸுஒபி - அழகிய நகங்களின் பிரகாசம்

ருதஸ்த - முறியடிக்கும்

சஸாங்க பாஸௌ - சந்திரனின் ஒளியை

ஸ்ரீவேங்கடேஸ - ஸ்ரீவேங்கடவா

சரணௌ - நின் பொற்பாதங்களில்

ஸரணம் - சரணம்

ப்ரபத்யே - அடைந்தோம்

தெளிவுரை

பத்மராக ரத்தினங்களைக் காட்டிலும் சிவப்புநிறமாகப் பிரகாசிக்கும் தோற்றம் கொண்ட பாதங்கள் கொண்டவரே! மகேந்திர நீலக்கற்க- ளைவிட சிறப்புடன் பளபளக்கும் புண்ணியத் திருவடிகள் கொண்- டவரே! சந்திரனின் ஒளியை முறியடிக்கும் அழகிய பிரகாசமான பாத நகங்களுடன் இருப்பவரே! பேரழகு கொண்ட நின் பொற்பா- தங்களில் நாங்கள் சரணடைந்தோம்! காத்தருள்வீரே! திருவேங்க- டவா!

|| 7 ||

ஸப்ரேமபீதி கமலா கரபல்லவாப்யாம்
ஸம்வாஹநேபி ஸபதி க்லம மாததானௌ |
காந்தாவவாங்மானஸ கோசர ஸௌகுமார்யௌ
ஸ்ரீவேங்கடேஸ சரணௌ ஸரணம் ப்ரபத்யே ||

சொற்களின் விளக்கம்

ஸப்ரேமபீதி - பேரன்பு கலந்த பயத்துடன்

கமலா - தாமரை மலராளான ஸ்ரீமகாலட்சுமி

கரபல்லவாப்யாம் - தன் மென்மையான திருக்கரத்தின் தளிர் விரல்களால்

ஸம்வாஹநேபி - அன்புடன் தொட்டு

ஸபதி - வருடியதால்

க்லமமாததானௌ - வாட்டமுறச் செய்ததுவோ

காந்தாவவாங்மானஸ - தலைகுனிந்து திருப்பாற்கடலில் தனது
பதியான உமது
கோசர - திருப்பாதங்களை
ஸௌகுமார்யெள - மென்மையான
ஸ்ரீவேங்கடேஸ - ஸ்ரீவேங்கடவா
சரணெள - நின் பொற்பாதங்களில்
ஸரணம் - சரணம்
ப்ரபத்யே - அடைந்தோம்

தெளிவுரை

திருப்பாற்கடலில் தாமரை மலராளான ஸ்ரீமகாலட்சுமி, பேரன்பு
கலந்த பயத்துடன், தலைகுனிந்து தனது பதியான உமது மலர்
போன்ற மிகமிக மென்மையான திருப்பாதங்களை தன் மென்-
மையான திருக்கரத்தின் தளிர் விரல்களால் அன்புடன் தொட்டு
வருடியதால் வாட்டமுறச் செய்ததுவோ! அத்தகு மிக மென்மை-
யான நின் மென்மலர்ப் பொற்பாதங்களே கதியென சரணடைந்-
தோம்! காத்தருள்வீரே! திருமலைவாசனே!

|| 8 ||

லக்ஷ்மீமஹீ ததனுரூபநிஜானுபாவ
நீலாதி திவ்ய மஹரிஷீ கரபல்லவானாம் |
ஆருண்யஸங்க்ரமணதகில ஸாந்த்ர ராகெள
ஸ்ரீவேங்கடேஸ சரணெள ஸரணம் ப்ரபத்யே ||

சொற்களின் விளக்கம்

லக்ஷ்மீமஹீ - ஸ்ரீமகாலட்சுமியும் பூமாதேவியும்

ததனுரூபநிஜானுபாவ - உமது கால்களைப் பிடித்துவிடுவதால்

நீலாதி - நீலா தேவியும்

திவ்ய மஹரிஷீ - உமது முப்பெரும் தேவிகளான

கரபல்லவானாம் - பேரன்பு கொண்டு மகிழ்வுடன் தமது திருக்க-
ரங்களால்

ஆருண்யஸங்க்ரமணதகில - சிவப்பாக மாறியுள்ளதோ

ஸாந்த்ர - மென்மையான

ராகௌ - சிவப்பு நிறம்

ஸ்ரீவேங்கடேஸ - ஸ்ரீவேங்கடவா

சரணௌ - நின் பொற்பாதங்களில்

ஸரணம் - சரணம்

ப்ரபத்யே - அடைந்தோம்

தெளிவுரை

உமது முப்பெரும் தேவிகளான ஸ்ரீமகாலட்சுமியும், பூமாதேவியும்,
நீலா தேவியும் பேரன்பு கொண்டு, மிகுந்த மகிழ்வுடன் அவர்க-
ளின் திருக்கரங்களால் உமது திருப்பாதங்களைப் பிடித்து விடுவ-
தால், அவர்களின் சிவந்த கரங்கள் பட்டு உமது மென்மையான
பொற்பாதங்கள் சிவப்பாக மாறியுள்ளதோ!

அத்தகைய பேரழகு கொண்ட நின் புனிதப்பாதங்களில் நாங்கள்
சரணடைந்தோம்!

காத்தருள்வீரே!

திருவேங்கடவா!

|| *9* ||

நித்யானமத்விதி ஸிவாதி கிரீடகோடி
ப்ரத்யுப்த தீப்த நவரத்ன மஹப்ரரோஹை |
நீராஜனாவிதி முதார முபாததானௌ
ஸ்ரீவேங்கடேஸ சரணௌ ஸரணம் ப்ரபத்யே ||

சொற்களின் விளக்கம்

நித்யானமத்விதி - உம்மை எப்போதும் தலை வணங்கி தமக்கு
விதிக்கப்பட்ட கடமைகளைச் செய்யும்

ஸிவாதி - ஷிவா + ஆதி

- சிவனும், பிரம்மாவும்

கிரீடகோடி - தங்கள் கிரீடத்தின் உச்சியில்

ப்ரத்யுப்த - பதிக்கப்பட்ட

தீப்த - பிரகாசமான

நவரத்ன - நவரத்தினங்களின் ஒளியால்

மஹப்ரரோஹை - மிகவும் அதிகரித்து

நீராஜனாவிதி - கற்பூர ஆரத்தி வழிபாட்டுக்கு மேலும்

முதார முபாததானௌ - பெருமை சேர்க்கின்றன

ஸ்ரீவேங்கடேஸ - ஸ்ரீவேங்கடவா

சரணௌ - நின் பொற்பாதங்களில்

ஸரணம் - சரணம்

ப்ரபத்யே - அடைந்தோம்

தெளிவுரை

உம்மால் விதிக்கப்பட்ட கடமைகளைச் செய்யும் சிவனும், பிரம்-
மாவும், உமக்கு முன்னால் எப்போதும் உமது பாதங்களில் தலை-
வணங்கி நிற்பதால் அவர்கள் தலையில் அணிந்துள்ள கிரீடத்தின்
உச்சியில் பதிக்கப்பட்ட பிரகாசமான நவரத்தினங்களின் ஒளி
உமக்குச் செய்யப்படும் கற்பூர ஆரத்தி வழிபாட்டுக்கு மேலும்
பேரொளி கொடுத்து பெருமை சேர்க்கின்றன. நின் மென்மலர்ப்
பொற்பாதங்களே கதியென சரணடைந்தோம்! காத்தருள்வீரே!
திருமலைவாசனே!

|| 10 ||

"விஷ்ணோ பதே பரம" இத்யுதிதப்ரஸம்ஸௌ
யௌ மத்வ உத்ஸ இதி போக்யதயாப்யுபாத்தௌ |
பூயஸ்ததேதி தவ பாணிதல ப்ரதிஷ்டௌ
ஸ்ரீவேங்கடேஸ சரணௌ ஸரணம் ப்ரபத்யே ||

சொற்களின் விளக்கம்

"விஷ்ணோ பதே பரம" - பரப்பிரம்மாகிய ஸ்ரீமகா விஷ்ணுவே

இத்யுதிதப்ரஸம்ஸௌ - வேதங்களின் உயர்ந்த நோக்கம்

யௌ மத்வ - உமது மனதுக்கு இனியதும்

உத்ஸ இதி - கொண்டாடுவதொன்றேயானதும்

போக்யதயாப்யுபாத்தௌ - மென்மேலும் பேரானந்தம் தருவதும்

பூயஸ்ததேதி - மீண்டும் மீண்டும் கருணை புரிவதும்

தவ பாணிதல - உமது வலக்கரம் கீழ்நோக்கிக்

ப்ரதிஷ்டௌ - காட்டுவது நின் திருப்பாதங்களையே!

ஸ்ரீவேங்கடேஸ - ஸ்ரீவேங்கடவா

சரணௌ - நின் பொற்பாதங்களில்

ஸரணம் - சரணம்

ப்ரபத்யே - அடைந்தோம்

தெளிவுரை

பரப்பிரம்மாகிய ஸ்ரீமகா விஷ்ணுவே,

வேதங்களின் உயர்ந்த நோக்கம் மனதுக்கு இனிய உமது திருவடி-

களைக் கொண்டாடுவது ஒன்றேயாகும்!

மேன்மேலும் பேரானந்தம் தருவதும், மீண்டும் மீண்டும் கருணை

புரிவதும் உமது மென்மலர்த் திருவடிகளே!

உமது வலக்கரம் வரத முத்திரையாக கீழ்நோக்கிக் காட்டுவதும்

நின் திருப்பாதங்களையே!

பேரழகு கொண்ட நின் புனிதப்பாதங்களில் நாங்கள் சரணடைந்-

தோம்!

காத்தருள்வீரே!

திருவேங்கடவா!

|| 11 ||

பார்த்தாய தத்ஸத்ருஸ ஸாரதினா த்வயைவ

யௌ தர்ஸிதௌ ஸ்வசரணௌ ஸரணம் வ்ரஜேதி |

பூயோபி மஹ்யமிஹ தௌ கரதர்ஸிதௌ தே

ஸ்ரீவேங்கடேஸ சரணௌ ஸரணம் ப்ரபத்யே ||

சொற்களின் விளக்கம்

பார்த்தாய - பார்த்தனாகிய அர்ஜுனனுக்கு

தத்ஸத்ருச ஸாரதினா - சாரதியாய் இருந்து

த்வயைவ - நீங்கள்

யௌ தர்ஸிதௌ - சொல்லிக் காட்டிய

ஸ்வசரணௌ - உமது திருப்பாதங்களில்

ஸரணம் - சரணம் அடைவது ஒன்றே

வ்ரஜேதி - வழி ஆகும்

பூயோபி - இந்தப் பூவுலகத்தில்

மஹ்யமிஹ தௌ - பெருமதிப்புடன் வாழ

கரதர்ஸிதௌ தே - உமது வலக்கரம் காட்டும்

ஸ்ரீவேங்கடேஸ - ஸ்ரீவேங்கடவா

சரணௌ - நின் பொற்பாதங்களில்

ஸரணம் - சரணம்

ப்ரபத்யே - அடைந்தோம்

தெளிவுரை

குருக்ஷேத்திரப்போரில் பார்த்தனாகிய அர்ஜுனனுக்கு சாரதியாய் நீங்கள் இருந்து வெற்றிக்கான வழியாகச் சொல்லிக் காட்டியது உமது திருப்பாதங்களில் சரணம் அடைவது ஒன்றே ஆகும். அதைப்போலவே, இந்தப் பூவுலகத்தில் பெருமதிப்புடன் வாழ்வ-தற்கு உமது வலக்கரம் காட்டுவதும் அதே புனிதத் திருவடி-களையே!

அபயமளிக்கும் அந்த நின் மென்மலர்ப் பொற்பாதங்களே கதி-
யென சரணடைந்தோம்! காத்தருள்வீரே! திருமலைவாசனே!

|| 12 ||

மந்மூர்த்னி காளியபனே விகடாடவீஷு
ஸ்ரீவேங்கடாத்ரி ஸிகரே ஸிரஸி ஸ்ருதீனாம் |
சித்தேப்யநந்யமனஸாம் ஸமமாஹிதௌ தே
ஸ்ரீவேங்கடேஸ சரணௌ ஸரணம் ப்ரபத்யே ||

சொற்களின் விளக்கம்

மந்மூர்த்னி - மெய்யடியவர் தலையின் மீதும்

காளியபனே - காளிங்க நாகத்தின் மீதும்

விகடாடவீஷு - அடர்ந்த வனத்திலும்

ஸ்ரீவேங்கடாத்ரி - திருவேங்கட

ஸிகரே - மலையின் மீதும்

ஸிரஸி - சிரசு, தலை

ஸ்ருதீனாம் - (having the vedas) வேதங்களாலும்

சித்தேப்யநந்யமனஸாம் - மனமொன்றிய மனத்திலும்

ஸமமாஹிதௌ தே - சமமாக வழிபடப் படுகிறது

ஸ்ரீவேங்கடேஸ - ஸ்ரீவேங்கடவா

சரணௌ - நின் பொற்பாதங்களில்

ஸரணம் - சரணம்

ப்ரபத்யே - அடைந்தோம்

தெளிவுரை

மெய்யடியவர் தலைமேல் அருள் புரியும் திருப்பாதங்களே!

ஸ்ரீகிருஷ்ணனாய் காளிங்க நாகத்தின் தலைமீது நர்த்தனம் புரிந்த புனிதப் பாதங்களே!

ஸ்ரீராமனாய் அடர்ந்த வனத்தில் நடந்த பொற்பாதங்களே!

திருவேங்கடமலையின் மேல் பதிந்த தெய்வாதீதத் திருவடிகளே!

வேதங்கள் விளம்பும் ஆனந்தத் திருவடிகளே!

அடியவர்கள் மனமொன்றிய மனத்தில் குடிகொண்ட அந்த அற்-
புதங்கள் நிறைந்த திருவடிகளே!

பேரழகு கொண்ட நின் திருப்பாதங்களில் நாங்கள் சரணடைந்-
தோம்!

காத்தருள்வீரே!

திருவேங்கடவா!

|| 13 ||

அம்லான ஹ்ருஷ்ய தவனீதல கீர்ண புஷ்பௌ
ஸ்ரீவேங்கடாத்ரி ஸிகராபரணாயமானௌ |
ஆனந்திதாகிலமனோ நயனௌ தவைதௌ
ஸ்ரீவேங்கடேஸ சரணௌ ஸரணம் ப்ரபத்யே ||

சொற்களின் விளக்கம்

அம்லான - பேரொளி கொண்ட

ஹ்ருஷ்ய - மகிழ்வான

தவனீதல - அதிர்ஷ்டம் நிறைந்த உமது திருவருள்

கீர்ண - கீழே சிதறிக் கிடக்கும்

புஷ்பௌ - புஷ்பங்கள்

ஸ்ரீவேங்கடாத்ரி - திருவேங்கட

ஸிகராபரணாயமானௌ - மலையினை அலங்கரிக்கும்

ஆனந்திதாகில - ஆனந்தமாக்கும்

மனோ நயனௌ - மனத்தையும், கண்களையும்

தவைதௌ - சிறப்பு மிக்க பாதங்களே

ஸ்ரீவேங்கடேஸ - ஸ்ரீவேங்கடவா

சரணௌ - நின் பொற்பாதங்களில்

ஸரணம் - சரணம்

ப்ரபத்யே - அடைந்தோம்

தெளிவுரை

திருவேங்கடமலையை அலங்கரிக்கும் அழகிய திருவடிகளைக் கொண்டவரே!

எங்கள் மனத்தையும் கண்களையும் ஆனந்தமாக்கும் அற்புதக் காட்சியாய் விளங்கும் திருவடிகளே!

அந்தச் சிறப்புமிகு அழகிய பொற்பாதங்களைப் பணிந்தோம் வேங்கடவா!

பெரொளியுடன் ஆனந்தமும் அதிர்ஷ்டமும் கொண்ட உமது திரு-வருள் கருணையை உமதருகில் கீழே சிதறிக் கிடக்கும் புஷ்பங்-கள் உணர்த்துகின்றனவே!

ஒளிமயமான வாழ்வு தந்து அபயமளிக்கும் உமது திருப்பாதங்-களைச் சரணடைந்தோம்! காத்தருள்வீரே!

|| 14 ||

ப்ராய ப்ரபன்ன ஜனதா ப்ரதமாவகாஹ்யெள
மாது ஸ்தனாவிவ ஸிஸோர ம்ருதாயமானெள |
ப்ராப்தெள பரஸ்பர துலாமதுலாந்தரெள தே
ஸ்ரீவேங்கடேஸ சரணௌ ஸரணம் ப்ரபத்யே ||

சொற்களின் விளக்கம்

ப்ராய - முழுவதுமாய்

ப்ரபன்ன - சரணடைந்த

ஜனதா - மக்கள்

ப்ரதமாவகாஹ்யெள - உயர்ந்த ஞானமும்

மாது - தாயின்

ஸ்தனாவிவ - மார்பகம்

ஸிஸோர - குழந்தைக்கு (சிசுவுக்கு)

ம்ருதாயமானெள - தேவாமிர்தமாய்

ப்ராப்தெள - பிராப்தம், பெரும்பேறு

பரஸ்பர - பரஸ்பரமான

துலாமதுலாந்தரெள தே - உமது பாதங்களுக்கு நிகர் உமது பாதங்-
களே

ஸ்ரீவேங்கடேஸ - ஸ்ரீவேங்கடவா

சரணௌ - நின் பொற்பாதங்களில்

ஸரணம் - சரணம்

ப்ரபத்யே - அடைந்தோம்

தெளிவுரை

உயர்ந்த ஞானமும், தூய உள்ளமும் கொண்ட அடியவர்கள் நின்-
தன் திருப்பாதங்களில் முழுவதுமாய் சரண்புகுந்தனரே!

மகவுக்கு தாயின் மார்பகம் தேவாமிர்தமாய் இருப்பதுபோல்
கருணை பொழியும் உமது திருப்பாதங்களுக்கு நிகர் உமது திருப்-
பாதங்களே!

நல்லன நல்கும் நினது திருவடிகள் எங்களுக்குக் கிடைத்த
பெரும்பேறு!

அந்த நின் மென்மலர்ப் பொற்பாதங்களே கதியென சரணடைந்-
தோம்! காத்தருள்வீரே! திருமலைவாசனே!

|| 15 ||

ஸத்வோத்தரைஸ்ஸதத ஸேவ்ய பதாம்புஜேன
ஸம்ஸார தாரக தயார்த்ர த்ருகஞ்சலேன |
ஸௌம்யயௌபயந்த்ரு முனினா மம தர்ஸிதௌ தே
ஸ்ரீவேங்கடேஸ சரணௌ ஸரணம் ப்ரபத்யே ||

சொற்களின் விளக்கம்

ஸத்வோத்தரைஸ் - சத்துவ குணம் கொண்ட ஞானிகள்

ஸதத - எப்போதும்

ஸேவ்ய - சேவித்தல்

பதாம்புஜேன - பதா + அம்புஜேன - தாமரை மலர்ப்பாதங்கள்

ஸம்ஸார - பிறவிப் பெருங்கடலை

தாரக - கடப்பதற்கு

தயார்த்ர - கருணை

த்ருகஞ்சலேன - கடைக்கண் பார்வை

ஸௌம்யயௌபயந்த்ரு முனினா - மனவாள மாமுனிகள்

மம தர்ஸிதௌ தே - எனக்கு உணர்த்திக் காட்டியதை

ஸ்ரீவேங்கடேஸ - ஸ்ரீவேங்கடவா

சரணௌ - நின் பொற்பாதங்களில்

ஸரணம் - சரணம்

ப்ரபத்யே - அடைந்தோம்

தெளிவுரை

உயர்ந்த சத்துவ குணம் கொண்ட ஞானிகள் எப்போதும் தொழு-
தேத்தும் தாமரை மென்மலர்ப்பாதங்கள் கொண்டவரே!
பிறவிப் பெருங்கடலைக் கடப்பதற்கு தயை கூர்ந்த நின்தன்
கடைக்கண் பார்வையைத் தவிர வேறுண்டோ என்று எனது
தாயைப்போன்ற குருவான மனவாள மாமுனிகள் எனக்கு
உணர்த்திக் காட்டியதை நான் உரைக்கின்றேன்.
எப்போதும் ஆனந்தம் அளிக்கும் உமது திருப்பாதங்களைச் சரண-
டைந்தோம்! காத்தருள்வீரே!
திருமலைவாசனே!

|| 16 ||

ஸ்ரீஸ ஸ்ரியா கடிகயா த்வதுபாய பாவே
ப்ராப்யே த்வயி ஸ்வயமுபேயதயா ஸ்புரந்த்யா |
நித்யா ஸ்ரிதாய நிரவத்ய குணாய துப்யம்
ஸ்யாம் கிங்கரோ வ்ருஷகிரீஸ ந ஜாது மஹ்யம் ||

சொற்களின் விளக்கம்

ஸ்ரீஸ - ஸ்ரீமகாலட்சுமி

ஸ்ரியா - ஐஸ்வர்யம்

கடிகயா த்வதுபாய பாவே - உம்மை அடையும் வழி

ப்ராப்யே த்வயி - பெருமாளாகிய உமது பாதங்களே

ஸ்வயமுபேயதயா - உபாயம் அருள்வாய் தாயே

ஸ்புரந்த்யா - பிரகாசிக்கும்

நித்யா ஸ்ரிதாய - எப்போதும் வழிபட்டு

நிரவத்ய குணாய - உயர்ந்த கல்யாண குணங்கள் கொண்ட

துப்யம் - உமது

ஸ்யாம் - கருநீலவண்ணனாகிய உமக்கு

கிங்கரோ - சேவகம் (கைங்கரியம்) செய்யும்

வ்ருஷகிரீஸ ந ஜாது மஹ்யம் - பாக்கியம் தவிர வேறேதுமில்லை என்றுரைத்தோம்

தெளிவுரை

ஐஸ்வர்யம் தரும் ஸ்ரீமகாலட்சுமித் தாயாரைத் தன்மார்பில் கொண்டு நித்தமும் பிரகாசிக்கும் நின் பொற்பாதங்களே கதி- யென்று சரணடைந்தோம்!
உயர்ந்த கல்யாண குணங்கள் கொண்ட கருநீலவண்ணனாகிய உமது திருப்பாதங்களே கதியென்று நின் தாள் பணிந்தோம்!
எங்களுக்கு எப்போதும் உமது திருவடிகளுக்குச் சேவகம் செய்யும் கைங்கர்யத்தை தந்தருள்வீரே!

நின் திருவடி வழிபாடாகிய இந்த பெரும் பாக்கியத்தைத் தவிர
வேறேதும் எங்களுக்கில்லை, உமக்கே நாங்கள் நித்தமும் ஆட்-
பட்டோம் என்றுரைத்தோம்!

காத்தருள்வீரே! திருவேங்கடவா!

5. ஸ்ரீ வேங்கடேச மங்களாஸாசனம்

|| 1 ||

ஸ்ரீய காந்தாய கல்யாண நிதயே நிதயேர்தினாம் |
ஸ்ரீவேங்கட நிவாஸாய ஸ்ரீனிவாஸாய மங்களம் ||

சொற்களின் விளக்கம்

ஸ்ரீய - ஸ்ரீமகாலட்சுமி தாயாரின்

காந்தாய - மனம் கவர்ந்த

கல்யாண - நற்குணங்கள் நிறைந்த

நிதயே - செல்வமே

நிதயேர்தினாம் - செல்வத்தின் செல்வமே

ஸ்ரீவேங்கட நிவாஸாய - திருவேங்கடத்தில் வாசம் செய்பவரே

ஸ்ரீனிவாஸாய - ஸ்ரீமகாலட்சுமியுடன் மகிழ்வுடன் இருப்பவரே

மங்களம் - மங்களங்கள்! மங்களங்கள்!

தெளிவுரை

ஸ்ரீமகாலட்சுமி தாயாரின் மனம் கவர்ந்த நற்குணங்கள் நிறைந்த
எங்கள் செல்வமே,
செல்வத்தின் செல்வமே,

திருவேங்கடத்தில் வாசம் செய்பவரே,
ஸ்ரீமகாலட்சுமியுடன் மகிழ்வுடன் இருப்பவரே,
மங்களங்கள்! மங்களங்கள்!

|| 2 ||

லக்ஷ்மீ ஸவிப்ரமாலோக ஸுப்ரு விப்ரம சக்ஷுஷே |
சக்ஷுஷே ஸர்வலோகானாம் வேங்கடேஸாய மங்களம் ||

சொற்களின் விளக்கம்

லக்ஷ்மீ - ஸ்ரீமகாலட்சுமி தாயார் உமது

ஸவிப்ரமாலோக-அடியவர்க்கு மகிழ்வுடன் அருள்புரிந்து நிற்கும்
வேளையில்

ஸுப்ரு விப்ரம - தாயாரின் அசையும் அழகிய புருவங்களை

சக்ஷுஷே சக்ஷுஷே - உமது கண்கள் நோக்குகின்றனவே

ஸர்வலோகானாம் - எல்லா உலகங்களையும் காக்கும்

வேங்கடேஸாய - திருவேங்கடநாதரே

மங்களம் - மங்களங்கள்! மங்களங்கள்!

தெளிவுரை

ஸ்ரீமகாலட்சுமி தாயார் உமது அடியவர்க்கு மகிழ்வுடன் அருள்பு-
ரிந்து நிற்கும் வேளையில் தாயாரின் அசையும் அழகிய புருவங்-
களை உமது கண்கள் பெருமகிழ்வுடன் நோக்குகின்றனவே!
எல்லா உலகங்களையும் காக்கும் திருவேங்கடநாதரே!
மங்களங்கள்! மங்களங்கள்!

|| *3* ||

ஸ்ரீவேங்கடாத்ரி ஸ்ருங்காக்ர மங்களாபரணாங்க்ரயே |
மம்களானாம் நிவாஸாய வேங்கடேஸாய மங்களம் ||

சொற்களின் விளக்கம்

ஸ்ரீவேங்கடாத்ரி - திருவேங்கட

ஸ்ருங்காக்ர - மலையின் உச்சியில்

மங்களாபரணாங்க்ரயே - மங்கள ஆபரணங்களுடன் திருவருள்

புரியும் ஸ்ரீநிவாசரின் பொற்பாதங்களுக்கு

மம்களானாம் - மங்களங்கள்!

நிவாஸாய - வேங்கடமலையில் வாசம் செய்யும்

வேங்கடேஸாய - திருவேங்கடநாதரே

மங்களம் - மங்களங்கள்! மங்களங்கள்!

தெளிவுரை

திருவேங்கட மலையின் உச்சியில் மங்கள ஆபரணங்களுடன்
திருவருள் புரிபவரே!
அழகிய ஸ்ரீநிவாசரின் பொற்பாதங்களுக்கு மங்களங்கள்!
வேங்கடமலையில் வாசம் செய்யும் திருவேங்கடநாதரே!
மங்களங்கள்! மங்களங்கள்!

|| 4 ||

ஸர்வாவயவ ஸௌந்தர்ய ஸம்பதா ஸர்வசேதஸாம் |
ஸதா ஸம்மோஹனாயாஸ்து வேங்கடேஸாய மங்களம் ||

சொற்களின் விளக்கம்

ஸர்வாவயவ - எல்லா அவயவங்களும்

ஸௌந்தர்ய - பேரழகு கொண்டு

ஸம்பதா - வேண்டுபவர்க்கு அதிர்ஷ்டத்தை வழங்கி

ஸர்வசேதஸாம் - எல்லா அடியவர் மனங்களை

ஸதா - எப்போதும்

ஸம்மோஹனாயாஸ்து - கவர்ந்திழுக்கின்ற

வேங்கடேஸாய - திருவேங்கடநாதரே

மங்களம் - மங்களங்கள்! மங்களங்கள்!

தெளிவுரை

பேரழகு கொண்ட அங்கங்களுடன், வேண்டுபவர்க்கு வேண்டும் அதிர்ஷ்டத்தை வழங்கி, எல்லா அடியவர் மனங்களையும் எப்-போதும் கவர்ந்திழுக்கின்ற திருவேங்கடநாதரே! மங்களங்கள்! மங்-களங்கள்!

|| 5 ||

நித்யாய நிரவத்யாய ஸத்யானந்த சிதாத்மனே |
ஸர்வாந்தராத்மனே ஸ்ரீமத் வேங்கடேஸாய மங்களம் ||

சொற்களின் விளக்கம்

நித்யாய - எப்போதும்

நிரவத்யாய - மிகச்சிறப்பான

ஸத்யானந்த - பேரானந்தம் நிறைந்த

சிதாத்மனே - உள்ளம் உடையவரே !

ஸர்வாந்தராத்மனே - அனைத்து உயிர்களுக்குள்ளும் ஆத்மாவாக இருப்பவரே!

ஸ்ரீமத் - செல்வச்சிறப்புடையவரே!

வேங்கடேஸாய - திருவேங்கடநாதரே!

மங்களம் - மங்களங்கள்! மங்களங்கள்!

தெளிவுரை

எப்போதும் மிகச்சிறப்பான பேரானந்தம் நிறைந்த உள்ளம் உடை-
யவரே !

அனைத்து உயிர்களுக்குள்ளும் ஆத்மாவாக இருப்பவரே!

செல்வச்சிறப்புடையவரே! திருவேங்கடநாதரே! மங்களங்கள்! மங்-
களங்கள்!

|| 6 ||

ஸ்வத ஸர்வவிதே ஸர்வ ஸக்தயே ஸர்வஸேஷிணே |
ஸௌலபாய ஸுஸீலாய வேங்கடேஸாய மங்களம் ||

சொற்களின் விளக்கம்

ஸ்வத - எங்கும் நிறைந்தவரே!

ஸர்வவிதே - எல்லாம் அறிந்தவரே!

ஸர்வ ஸக்தயே - அனைத்து சக்திகளும் கொண்டவரே!

ஸர்வஸேஷிணே - அனைத்துமாய் இருப்பவரே!

ஸுலபாய - எளிதில் அடையக்கூடியவரே!

ஸுஸீலாய - உயர்ந்த ஒழுக்கசீலரே!

வேங்கடேஸாய - திருவேங்கடநாதரே!

மங்களம் - மங்களங்கள்! மங்களங்கள்!

தெளிவுரை

எங்கும் நிறைந்தவரே!

எல்லாம் அறிந்தவரே!

அனைத்து சக்திகளும் கொண்டவரே!

அனைத்துமாய் இருப்பவரே!

எல்லோராலும் எளிதில் அடையக்கூடியவரே!

உயர்ந்த ஒழுக்கசீலரே!

திருவேங்கடநாதரே! மங்களங்கள்! மங்களங்கள்!

|| 7 ||

பரஸ்மை ப்ரஹ்மணே பூர்ணகாமாய பரமாத்மனே |
ப்ரயுஞ்ஜே பரதத்வாய வேங்கடேஸாய மங்களம் ||

சொற்களின் விளக்கம்

பரஸ்மை - எங்கும் நிறைந்த

ப்ரஹ்மணே - பரப்பிரம்மமே!

பூர்ணகாமாய - நிறைவான பேரன்பு கொண்டவரே!

பரமாத்மனே - பரமாத்வாவே!

ப்ரயுஞ்ஜே - பேரருள் தருபவரே!

பரத்வாய - பரத்துவமாய் இருப்பவரே!

வேங்கடேஸாய - திருவேங்கடநாதரே!

மங்களம் - மங்களங்கள்! மங்களங்கள்!

தெளிவுரை

எங்கும் நிறைந்த பரப்பிரம்மமே!

நிறைவான பேரன்பு கொண்டவரே!

பரமாத்வாவே! பேரருள் தருபவரே!

பரத்துவமாய் இருப்பவரே!

திருவேங்கடநாதரே! மங்களங்கள்! மங்களங்கள்!

|| 8 ||

ஆகாலதத்வ மஸ்ராந்த மாத்மனா மனுபஸ்யதாம் |
அத்ருப்த்யம்ருதரூபாய வேங்கடேஸாய மங்களம் ||

சொற்களின் விளக்கம்

ஆகாலதத்வ மஸ்ராந்த மாத்மனா மனுபஸ்யதாம்

- ஆகாலதத்வம் + அஸ்ராந்தம் + ஆத்மனாம் + அனுபஸ்யதாம்

ஆகாலதத்வம் - இறைவடிவமே!

அஸ்ராந்தம் - சலிப்பில்லாமல்

ஆத்மனாம் - தியானிப்பவர்

அனுபஸ்யதாம் - மனத்தில் குடிகொண்டவரே!

அத்ருப்த்யம்ருதரூபாய - அத்ருப்தி + அம்ருதரூபாய

அத்ருப்தி - தெவிட்டாத

அம்ருதரூபாய - தெள்ளமுதம் போன்றவரே!

வேங்கடேஸாய - திருவேங்கடநாதரே!

மங்களம் - மங்களங்கள்! மங்களங்கள்!

தெளிவுரை

தவமேனித் தனியழகான இறைவடிவமே!
உம்மை சலிப்பில்லாமல் தியானிப்பவர் மனத்தில் எப்போதும் குடி-
கொண்டவரே!
தெவிட்டாத தெள்ளமுதம் போன்றவரே!
திருவேங்கடநாதரே! மங்களங்கள்! மங்களங்கள்!

|| 9 ||

ப்ராய ஸ்வசரணௌ புும்ஸாம் ஸரண்யத்வேன பாணினா |
க்ருபயாதிஸதே ஸ்ரீமத் வேங்கடேஸாய மங்களம் ||

சொற்களின் விளக்கம்

ப்ராய - முழுவதுமாய்

ஸ்வசரணௌ - பணிவுடன் தாள்பணிந்து
பும்ஸாம் - ஆட்கொண்டு
ஸரண்யத்வேன - சரணடைந்தோரைக் காப்பவரே!
பாணினா - வலது கரம்
க்ருபயாதிஸதே - கருணையுடன் காட்டும்
ஸ்ரீமத் - செல்வச்சிறப்புடையவரே!
வேங்கடேஸாய - திருவேங்கடநாதரே!
மங்களம் - மங்களங்கள்! மங்களங்கள்!

தெளிவுரை

உன்னையே முழுவதுமாய் பணிவுடன் தாள்பணிந்து சரணடையும்
மெய்யடியவரை ஆட்கொண்டு காப்பவரே!
உமது வலது கரம் கருணையுடன் காட்டும் தெய்வீகத் திருவடிக-
ளைச் சரணடைந்தோம்!
செல்வச்சிறப்புடையவரே!
திருவேங்கடநாதரே! மங்களங்கள்! மங்களங்கள்!

|| 10 ||

தயாம்ருத தரங்கிண்யா ஸ்தரங்கைரிவ ஸீதலை |
அபாங்கை ஸிஞ்சதே விஸ்வம் வேங்கடேஸாய மங்களம் ||

சொற்களின் விளக்கம்

தயாம்ருத - கருணை அமிர்தமான
தரங்கிண்யா - அலைகள்

ஸ்தரங்கைரிவ - பேராற்றின்

ஸீதலை - குளிர்ந்த நீர்

அபாங்கை - கடைக்கண் பார்வை

ஸிஞ்சதே - பொழிகிறதே!

விஸ்வம் - எங்கும் நிறைந்த

வேங்கடேஸாய - திருவேங்கடநாதரே!

மங்களம் - மங்களங்கள்! மங்களங்கள்!

தெளிவுரை

பெருங்கருணை எனும் பேரமுதப் பேராற்றின் குளிர்ந்த நீர் அலைகள் போல் உமது கடைக்கண் பார்வை எங்கள் மீது பொழி-
கிறதே!
எங்கும் நிறைந்தவரே!
திருவேங்கடநாதரே! மங்களங்கள்! மங்களங்கள்!

|| 11 ||

ஸ்ரக்பூஷாம்பர ஹேதீனாம் ஸௌஷமாவஹ மூர்தயே |
ஸர்வார்த்தி ஸமனாயாஸ்து வேங்கடேஸாய மங்களம் ||

சொற்களின் விளக்கம்

ஸ்ரக்பூஷாம்பர - ஸ்ரக் + பூஷா + அம்பர

ஸ்ரக் - மாலைகள்

பூஷா - அணிகலன்கள்

அம்பரா - உடைகள்

ஹேதீனாம் - ஆயுதங்கள்

ஸௌஷமாவஹ - பேரழகைக் காட்டுகின்றன

மூர்தயே - தெய்வமே!

ஸர்வார்த்தி ஸமனாயாஸ்து - எல்லாக் குறைகளையும் நீக்குப-
வரே!

வேங்கடேஸாய - திருவேங்கடநாதரே!

மங்களம் - மங்களங்கள்! மங்களங்கள்!

தெளிவுரை

நீவிர் அணிந்துள்ள மாலைகள், அணிகலன்கள், உடைகள்,
ஆயுதங்கள் உமது பேரழகைச் சிறப்புடன் காட்டுகின்றன!
மெய்யடியவர்களின் எல்லாக் குறைகளையும் நீக்கும் எங்கள்
தெய்வமே!

திருவேங்கடநாதரே! மங்களங்கள்! மங்களங்கள்!

ஸ்ரீமகாவிஷ்ணு வனமாலி என்ற துளசி மாலையையும், கௌஸ்து-
பம் என்ற ஆரத்தை அணிகலனாகவும், வெண்மஞ்சள் நிற பட்-
டுப் பீதாம்பரத்தை ஆடையாகவும், பாஞ்சசன்னியம் என்ற சங்கு,
சுதர்சனம் என்ற சக்கரம், கௌமோதகீம் என்ற கதை, சாரங்கம்
எனும் வில் மற்றும் நந்தகம் என்ற வாளை ஆயுதங்களாகவும்
கொண்டு பேரழகுடன் இருப்பதாகக் கருதப்படுகிறது.

|| 12 ||

ஸ்ரீவைகுண்ட விரக்தாய ஸ்வாமி புஷ்கரிணீதடே |
ரமயா ரமமாணாய வேங்கடேஸாய மங்களம் ||

சொற்களின் விளக்கம்

ஸ்ரீவைகுண்ட - செல்வம் நிறைந்த பூலோக வைகுந்தமான

விரக்தாய - மிகுந்த விருப்பத்துடன்

ஸ்வாமி புஷ்கரிணீதடே - தாமரை மலர்கள் நிறைந்த ஸ்வாமி புஷ்கரணியில்

ரமயா ரமமாணாய - உமது மனம் நிறைந்த ஸ்ரீமகாலட்சுமித் தாயாருடன்

வேங்கடேஸாய - திருவேங்கடநாதரே!

மங்களம் - மங்களங்கள்! மங்களங்கள்!

தெளிவுரை

தாமரை மலர்கள் நிறைந்த ஸ்வாமி புஷ்கரணியின் தென்மேற்குக் கரையில் கோவில் கொண்டவரே!

மிகுந்த விருப்பத்துடன், செல்வம் நிறைந்த பூலோக வைகுந்தமான உமது மனம் நிறைந்த ஸ்ரீமகாலட்சுமித் தாயாருடன் வந்தமர்ந்து அடியவர்க்கு அருள் பொழியும் திருமலைவாசனே! மங்களங்கள்! மங்களங்கள்!

|| 13 ||

ஸ்ரீமத் ஸெளந்தரஜாமாத்ருமுனி மானஸ வாஸினே |
ஸர்வலோக நிவாஸாய ஸ்ரீனிவாஸாய மங்களம் ||

சொற்களின் விளக்கம்

ஸ்ரீமத் - செல்வச் சிறப்புடைய

ஸெளந்தரஜாமாத்ருமுனி - மணவாள மாமுனிகளின்

மானஸ வாஸினே - மனத்தில் வசிப்பவரே!

ஸர்வலோக - எல்லா உலகங்களிலும்

நிவாஸாய - எப்போதும் வாசம் செய்யும்

ஸ்ரீனிவாஸாய - ஸ்ரீநிவாசரே!

மங்களம் - மங்களங்கள்! மங்களங்கள்!

தெளிவுரை

செல்வச் சிறப்புடைய மணவாள மாமுனிகளின் மனத்தில் வசிப்ப-
வரே! எல்லா உலகங்களிலும், எப்போதும் வாசம் செய்யும் ஸ்ரீநி-
வாசரே! மங்களங்கள்! மங்களங்கள்!

அண்ணங்காச்சாரியாரின் குரு மணவாள மாமுனிகள். வைணவப்
பெரியார்களுள் ஒருவரான இவர் 1370 ஆம் ஆண்டு திரு-
நெல்வேலி மாவட்டத்தில் நம்மாழ்வார் பிறந்த ஊரான ஆழ்வார்-
திருநகரியில் பிறந்தவர். அந்த குருமகானை ஸெளந்தரஜாமாத்ரு-
முனி, வரவரமுனி, செளம்யோபயந்த்ரமுனி, ரம்யஜாமாத்ருமுனி,
பெரிய ஜீயர், யதீந்த்ரப்ரவனர், விசதவக் சிகாமணி, அனந்தாழ்-
வார், உபய வேதாந்தாசிரியர், வேதாந்த தேசிகர், கோவிந்தராசப்-
பன், பட்டர்பிரான் ஜீயர், ராமானுசன் பொன்னடி போன்ற பல்-
வேறு பெயர்களால் அழைப்பர். இவரின் தூண்டுதலால் தான்
அண்ணங்காச்சாரியார் இந்தப் பிரசித்தி பெற்ற ஸ்ரீவேங்கடேஸ்வர
சுப்ரபாதத்தை உருவாக்கினார்.

|| 14 ||

மங்களாஸாஸனபரை மதாசார்ய புரோகமை |
ஸர்வைஸ்ச பூர்வைராசார்யை ஸத்க்ருதாயாஸ்து மங்களம் ||

சொற்களின் விளக்கம்

மங்களாஸாஸனபரை - இந்த மங்களாஸாஸனமானது

மதாசார்ய - ஆச்சார்யர்களுக்கும்

புரோகமை - உயர்ந்த ஞானிகளுக்கும்

ஸர்வைஸ்ச - எல்லா மெய்யடியவர்களுக்கும்

பூர்வைராசார்யை - முன்னால் இருந்த ஆச்சார்யர்களுக்கும்

ஸத்க்ருதாயாஸ்து - சத்குருக்களுக்கும்

மங்களம் - மங்களங்கள்! மங்களங்கள்!

தெளிவுரை

திருவேங்கடநாதரான ஸ்ரீநிவாசருக்கு மங்களம்!

அவரின் தேவி ஸ்ரீமகாலட்சுமித் தாயாருக்கு மங்களம்!

அவர்களின் திருவருளால் இந்த மங்களாஸாஸனத்தை எழுத

குருவருள் புரிந்த எல்லா ஆச்சார்யர்களுக்கும் மங்களம்!

உயர்ந்த ஞானிகளுக்கும் மங்களம்! எல்லா மெய்யடியவர்களுக்கும்

மங்களம்!

முன்னால் இருந்த ஆச்சார்யர்களுக்கும் மங்களம்!

சத்குருக்களுக்கும் மங்களம்! மங்களம்! மங்களம்!

சுப மங்களம்!

6. SRI VENKATESA SUPRABHATAM IN ENGLISH

SRI VENKATESA SUPRABHATAM

Kausalyaa   Su-Prajaa   Raama   Puurvaa-Sandhyaa Pravartate |
Utthisstta   Nara-Shaarduula   Karttavyam   Daivam-Aahnikam ||1||
Utthissttho[ah-U]tthisstta   Govinda   Utthisstta Garudda-Dhvaja |
Utthisstta   Kamalaa-Kaanthaa   Trai-Lokyam Mangalam Kuru ||2||
Maatas-Samasta-Jagataam Madhu-Kaittabha-Areh
Vaksso-Vihaarinni Manohara-Divya-Muurte |
Shrii-Svaamini Shrita-Janapriya-Daanashiile
Shrii-Vengkattesha-Dayite Tava Suprabhaatam ||3||
Tava Suprabhaatam-Aravinda-Locane
Bhavatu Prasanna-Mukha-Candra-Mannddale |
Vidhi-Shangkare[a-I]ndra-Vanita-Abhir-Arcite
Vrsha-Shaila-Naatha-Dayite Dayaa-Nidhe ||4||

Atryaadi-Sapta-Rssayas-Samupaasya Sandhyaam
Aakaasha-Sindhu-Kamalaani Manoharaanni |
Aadaaya Paada-Yugam-Arcayitum Prapannaah
Shessaadri-Shekhara-Vibho Tava Suprabhaatam ||5||
Panchaanana-Abja-Bhava-Shannmukha-
Vaasavaadyaah
Traivikramaadhi-Caritam Vibudhaah Stuvanti |
Bhaassaa-Patih Patthati Vaasara-Shuddhimaaraat
Shessaadri-Shekhara-Vibho Tava Suprabhaatam ||6||
Easath-Praphulla-Sarasiiruha-Naarikela
Puuga-Drumaadi-Sumanohara-Paalikaanaam |
Aavaati Mandamanila-Saha Divya-Gandhaih
Shessaadri-Shekhara-Vibho Tava Suprabhaatam ||7||
Unmiilya Netra-Yugam-Uttama-Panjarasthaah
Paatraa vashisstta-Kadalii-Phala-Paayasaani |
Bhuktvaa Saliilamatha Keli-Shukaah Patthanti
Shessaadri-Shekhara-Vibho Tava Suprabhaatam ||8||
Tantrii-Prakarssa-Madhura-Svanayaa Vipanchyaa
Gaayatya-Ananta-Charitam Tava Naarado[a-A]pi |
Bhaassaa-Samagram-Asakrt-Kara-Chaara-Ramyam
Shessaadri-Shekhara-Vibho Tava Suprabhaatam ||9||
Bhrunggaavaliisa Makaranda-Rasa-Anuviddha
Jhangkaara-Geeta-Ninadais-Saha Sevanaaya|
Niryaatyu paantha-Sarasii-Kamalo[a-U]darebhyah
Shessaadri-Shekhara-Vibho-Tava-Suprabhaatam||10||
Yossaa-Gannena Vara-Dadhni Vi-Mathyamaane
Ghossa-[A]alayessu   Dadhi-Manthana-Tiivra-

Ghossaah|

Rossaat-Kalim Vidadhate Kakubhashca Kumbhaah

Shessaadri-Shekhara-Vibho-Tava-Suprabhaatam||11||

Padmesha-Mitra-Shata-Patra-Gataalivargaah

Hartum   Shriyam   Kuvalayasya   Nija-Angga-

Lakssmyaa|

Bherii-Ninaadamiva Bibhrati Theevra-Naadham

Shessaadri-Shekhara-Vibho-Tava-Suprabhaatam||12||

Shriimann-Abhiisstta-Varadaakhila-LokaBandho

Shrii-Shriinivaasa Jagadeka-Dayaika-Sindho|

Shrii-Devataagruha-Bhujaantara-Divya-Muurte

Shrii-Vengkattaachala-Pate-Tava-Suprabhaatam||13||

Shrii-Svaami-Pusskarinni kaaplava-Nirmala-Anggaah

Shreyoarthino Haravirinchi-Sanandana-Adyaah |

Dvaare Vasanti Varavetra-Hatotthamaanggaah

Shrii-Vengkattaachala-Pate-Tava-Suprabhaatam||14||

Shrii-Shessashaila Garuddaacala-Vengkattaadri

Naaraayannaadri Vrssabhaadri-Vrssaadri Mukhyaam|

Aakhyaam Tvadeeya-Vasateranisham Vadanti

Shrii-Vengkattaachala-Pate-Tava-Suprabhaatam||15||

Sevaaparaa-Shiva-Suresha-Krshaanu-Dharma

Rakssombunaatha Pavamaana Dhanaadinaathaah |

Baddhaanjali Pravilasan-Nija-Shiirssa Deshaah

Shrii-Vengkattaachala-Pate-Tava-Suprabhaatam||16||

Dhaatissuthe Vihaga-Raaja Mrgaadhiraaja

Naagaadhiraaja Gaja-Raaja Hayaadhiraajaah |

Svashvaadhikaara Mahimaadhika-Marthayante

Shrii-Vengkattaachala-Pate-Tava-Suprabhaatam||17||
Suurye[a-I]ndu Bhauma Budha VaakPati Kaavya-
Sauri

Svarbhaanu Ketu Divissat-Parissat-Pradhaanaah |
Tvad-Daasa Daasa Saramaavadhi Daasa-Daasaah
Shrii-Vengkattaachala-Pate-Tava-Suprabhaatam||18||
Tvat-Paada-Dhuuli Bharita-Sphuritottamaanggaah
Svarga-Apavarga Nirapekssa Nijaantaranggaah |
Kalpaagama-Kalanaaya-Akulataam Labhante
Shrii-Vengkattaachala-Pate-Tava-Suprabhaatam||19||
Tvad-Gopura-Agra-Shikharaanni Nireekssamaannaah
Svarga-Apavarga-Padaviim Paramaam Shrayantah |
Martyaa Manussya-Bhuvane Mati Maashrayante
Shrii-Vengkattaachala-Pate-Tava-Suprabhaatam||20||
Shrii-Bhuumi-Naayaka Dayaadi-Gunnaamrta-Abdhe
Deva-Adhi-Deva Jagad-Eka-Sharannya-Muurte |
Shriimann-Ananta-Garuddaadibhir-Archi Taangghre
Shrii-Vengkattaachala-Pate-Tava-Suprabhaatam||21||
Shrii-Padma-Naabha Purussothama Vaasudeva
Vaikunnttha-Maadhava-Janaardhana-Chakra-Paanne|
Shriivatsa-Sihna Sharannaagata-Paarijaata
Shrii-Vengkattaachala-Pate-Tava-Suprabhaatam||22||
Kandarpa-Darpa-Hara Sundara Divya-Muurte
Kaantaa-Kuca-Amburuha Kuttmala Lola-Drustte |
Kalyaanna-Nirmala-Gunaakara Divya-Keerte
Shrii-Vengkattaachala-Pate-Tava-Suprabhaatam||23||

Meenaakrute Kamata Kola Nrusimha Varnnin
Svaamin Parashvatha-Tapodhana Raamachandra|
Shessaamsha-Raama Yadu-Nandana Kalki-Ruupa
Shrii-Vengkattaachala-Pate-Tava-Suprabhaatam||24||
Elaa Lavangga Ghanasaara-Sugandhi-Theertham
Divyam Viyat-Sariti Hema-Ghattessu Puurnnam |
Dhruthvaadya   Vaidika   Shikhaamanayah
Pruhrusttaah
Tissttanthi Vengkatta-Pate-Tava-Suprabhaatam ||25||
Bhaasvaan-Udeti Vikasaani Saroruhaanni
Sampuurayanti Ninadaih Kakubho Vihanggaah |
Shreevaishnavaa-Satatam-Arthita-Mangalaas-Te
Dhaamaashrayanti-Tava-Vengkatta-
Suprabhaatam||26||
Brahmaa-Adaya-Suravaraa-Samaharssa Yash-Te
Santas-Sanandana-Mukhaas-Tava Yogi-Varyaah |
Dhaamaantike Thavahi Mangala-Vastu-Hastaah
Shrii-Vengkattaachala-Pate-Tava-Suprabhaatam||27||
Lakshmee-Nivaasa Niravadhya-Gunaiga-Sindho
Samsaara Saagara Samuthara Anaika-Shetho |
Vedaanta-Vedya-Nijavaibhava Bhakta-Bhogya
Shrii-Vengkattaachala-Pate-Tava-Suprabhaatam||28||
Ittham Vrssaachalapathe-Iha Suprabhaatam
Ye Maanavaah Pratidinam Patithum Praviruthaah |
Dhessaam Prabhaata-Samaye Smriti-Ranga-Bhaajaam
Prajnyaam-Paraartha-Sulabhaam-Paramaam-
Prashute||29||

SRI VENKATESA STOTRAM

Kamalaa kusa soochuka kunkumatho
Niyathaaruni thaathula neela thano |
Kamalaayatha lochana loka pathe
Vijayee bhava venkata shaila pathe || 1 ||
Sa chaturmukha shanmukha panchamukha
Pramukaakhila daivatha mouli mane |
Saranaagatha vathsala saaranidhe
Paripaalayamaam vrusha shaila pathe || 2 ||
Athivelathayaa thava durvishahai
Anuvela kruthair aparaadha sathai |
Bharitham thwaritham vrusha shailapathe
Parayaa krupayaa paripaahi hare || 3 ||
Adhi venkata shailam udhaaramathe
Janathaabhi mathaadhiga dhaanaradhaath |
Paradeva thayaa gathi thaan nigamai
Kamalaa dayithaan na param kalaye || 4 ||
Kalavenu ravaava sadhagopa vadhoo
Sathakoti vruthaath smarakoti samaath |
Prathi vallavika abhimadaath sugadaath
Vasudeva suthaan na param kalaye || 5 ||
Abhiraama gunaakara daasarathe
Jagadega dhanurdhara dheeramathe |
Raghunaayaka Raama Ramesa Vibho
Varadho bhava deva dayaajaladhe || 6 ||

Avani thanayaa kamaneeya karam
Rajanikara chaaru muga ambhuruham |
Rajanichara raaja thamo mihiram
Mahaneeyam aham raghuraama maye|| 7 ||
Sumugam suhrudham sulabham sukhadham
Svanujam sa sugaayam amogha saram |
Apahaya raghuudwaham anyam aham
Na kathanchana kanchana jaathu bhaje || 8 ||
Vinaa Venkatesam na natho na natha
Sadaa venkatesam smaraami, smaraami |
Hare Venkatesa, praseedha praseedha
Priyam Venkatesa, prayacha prayacha || 9 ||
Aham dhooradasthe padaambhoja yugma
Pranam ichaya ahathya sevam karomi |
Sakruth sevayaa nithya sevaa balam thwam
Prayacha prayacha prabho Venkatesa ||10 ||
Agnaninaa mayaa doshaan
Aseshaan vigithaan hare |
Kshamasva thwam, kshamasva thwam
Sesha shaila shikaa mane || 11 ||

SRI VENKATESA PRAPATTI

Earshaanan Jagatosya Venkatapater vishnom Param
Preyasim
Tadhvakchas Sthala Nityavaasarasikaam Tatshaanti
Samvardhineem|

Padmaalangrutha Paani Pallavayugaam
Padmaasanasthaam Sriyam Vaatsalyaadi
Gunojwalaam Bhagavateem Vande
Jaganmaataram||1||
Sreeman Krupaajalanidhe kruthasarvaloka
Sarvajgna Shaktha Nathavathsala Sarvasheshin |
Swaamin Shusheela Shulabhaashrita Paarijaatha
Shree Venkatesha Sharanau Saranam Prapadhye||2||
Aanoopuraarpitha Sujaatha Sughandhi Pushpa
Saurabhya Saurabhakarou Samasanniveshou|
Saumyou Sadhaanu Bhavanepi Navaanubhaavyou
Shree Venkatesha Sharanau Saranam Prapadhye||3||
Sadhyovikaasi Samudittvara Saandraraaga
Saurabhya Nirbhara Saroruha Saamyavaarthaam|
Samyakshu Saahasapadheshu Vilekhayantou
Shree Venkatesha Sharanau Saranam Prapadhye||4||
Rekhaamaya Dwaja Sudhaa Kalashaadapathra
Vajraamkushaamburuha Kalpaka sangasakhrai|
Bhavyairalamkruthathalou Parathathva Chihnai
Shree Venkatesha Sharanau Saranam Prapadhye||5||
Thamrodaradyuthi Paraajita Padmaraagou
Baahyair mahobhirabhibhootha Mahendra neelou|
Udhyannakhaamshubhi Rudastha Shashaanga
Bhaasou
Shree Venkatesha Sharanau Saranam Prapadhye||6||
Sapremabheethi Kamalaa Karapallavaabyaam
Sanvaahaneibi Sapadi Klama Maadadaanau|

Kaantaava Vaangmnasa Gosara Saukumaaryou
Shree Venkatesha Saranau Sharanam Prapadhye||7||
Lakshmeemahee Thadanuroopa Nijaanubhaava
Neelaadhi Divya Mahishee Karapallavaanaam|
Aarunyasankramanatakila Saandra Raagou
Shree Venkatesha Saranau Sharanam Prapadhye||8||
Nityaanamadhvidhi Shivaadhi Kireetakoti
Pratyupda Deepta Navaratna Mahaprarohai|
Neeraajanaavidhi Mudhaara Mupaadhadhaanou
Shree Venkatesha Saranau Sharanam Prapadhye||9||
"Vishno Pade Parama" Ityudhithaprashamsau
Yau madhva Utsa Iti Bhogyatayaapyupaathou|
Bhooyastatheti Tava Paanithala Pradhistou
Shree Venkatesa Saranau Sharanam prapadhye||10||
Paarthaaya Tathsadrusa Saarathinaa Twayaiva
Yau Darshithou Swasaranou Sharanam Vrajethi|
Bhooyopi Mahyamiha Tou Karadharshitou Te
Shree Venkatesha Saranau Sharanam Prapadhye||11||
Manmoordhni Kaaliyapane Vikataataveeshu
Shree Venkataadri Shikare Shirasi Shrutinaam|
Chitthepyananyamanasaam Samamaahitou Te
Shree Venkatesha Saranau Sharanam Prapadhye||12||
Amlaana Hrushya Davaneethala Keerna Pushpou
Shree Venkataadri Shikaraabharanaayamaanou|
Aanandhithaakhilamano Nayanou Tavaithou

Shree   Venkatesha   Saranau   Sharanam
Prapadhye||13||
Praaya Prapanna Janathaa Prathamaavaghaahyou
Maathu Sthanaaviva Shishora Mrutaayamaanou|
Praaptou Paraspara Tulaamatulaantarou Te
Shree   Venkatesha   Saranau   Sharanam
Prapadhye||14||
Satvottaraiyssathatha Sevya Padhaambhujena
Samsaara Thaaraga Dayaardra Draganjalena|
Soumyopayantru Muninaa Mama Darshitou Te
Shree   Venkatesha   Saranau   Sharanam
Prapadhye||15||
Shreesha Shriyaa Ghatikayaa Twadupaaya Bhaave
Praapye Twayi Swayamupeyatayaa Sphurandhya|
Nityaa Shritaaya Nirvadya Gunaaya Dubyam
Syaam   Kinkkaro   Vrushagireesha   Na   Jaathu
Mahyam||16||

SRI VENKATESA MANGALASASANAM

Sriyah Kaanthaya Kalyana Nidhaye Nidhayerthinam|
Sri Venkata nivasaya Srinivasaya Mangalam||1||
Lakshmi   Savibhramaloka-subhru   Vibhrama
Chakshushe|
Chakshushe   SarvaloKanam   Venkatesaya
Mangalam||2||
Sri Venkatadri Sringagra-Mangalaabharananghraye|

Mangalanam nivasaya Venkatesaya Mangalam||3||

Sarvaavayava Soundarya Sampadha Sarvachethasaam|

Sada Sammohanayasthu Venkatesaya Mangalam||4||

Nithyaya Niravadhyaya Sathyananda Chidhaathmane|

Sarvaantharathmane Srimad Venkatesaya Mangalam||5||

Swatha Ssarvavide Sarvasakthaye Sarvaseshine|

Sulabhaaya Suseelaaya Venkatesaya Mangalam||6||

Parasmai Brahmane Poorna Kaamaaya Paramathmane|

Prayunje Parathathvaya Venkatesaya Mangalam||7||

Aakalathathva masraantha maathmanaa manupasyathaam|

Athrupthyamritharupaya Venkatesaya Mangalam||8||

Praaya Swacharanou Pumsaam Saranyathvena Paanina|

Kripayadhisathe Srimad Venkatesaya Mangalam||9||

Dhayaamritha tharanginya Stharangairiva Seethalaih|

Apaangai Sinchathe Viswam Venkatesaya Mangalam||10||

Sragbhushaambara Hetheenaam Sushamaavaha Murthaye|

Sarvarthi Samanaayaasthu Venkatesaya Mangalam||11||

Sri Vaikunta Virakthaya Swami Pushkarineethate|
Ramaya Ramamaanaaya Venkatesaya Mangalam||12||
Srimad sundarajaamaathrumuni maanasa vaasine|
Sarvaloka Nivaasava Srinivasaya Mangalam||13||
Mangalasasanaparaih madaachaarya Purogamaih|
Sarvaissa Purvairaasaaryaih Sathkruthaayaasthu
Mangalam||14||

About The Author

Dr.R.Prakasam has received his B.E.(Honours) degree in Mechanical Engineering from University of Madras in 1981, M.E. degree in Production Engineering from Bharathiar University in 1986, Ph.D in Mechanical Engineering from Bharathiar University in 2002. After 27 years of service at The South India Textile Research Association (SITRA), Coimbatore in various levels, he left SITRA in 2007 as Assistant Director and Head of Textile Engineering and Instrumentation Divisions and joined as Vice President (Modular Belts Innovation and Systems Development) in Habasit AG situated at Reinach near Zurich in Switzerland which is a Multinational Company and an International market leader in Synthetic Belts. He left this Company in 2010 and served as Principal at Ganadipathy Tulsi's Jain Engineering College, Vellore from 2010 to 2013 and as CEO cum Principal at P.P.G.Institute of Technology, Saravanampatti, Coimbatore from 2013 to 2021.

He is a recipient of many awards like Indian National Merit Scholarship Award

(1975), SITRA Research Award (1989), UNDP Fellowship Award (1993), Shri Kanaiyalal Motilal Award (2000, 2005 - 2 Times), PCRA "National Award for Excellence" (2000), Indo-German Energy Award (2003), Hari Om Ashram Award (2004), Outstanding Mechanical Engineer Award (2008) from Institution of Engineers (India), Habasit Research Award (2009), Shri.P.K.Das Memorial Life Time Achievement Award (2019) from Nehru Group of Institutions, Coimbatore.

In addition to handling many research projects from different agencies, he has visited more than 150 textile mills in India and abroad for various consultancy assignments. He has visited more than 20 countries. He has published 106 research papers in National and International Journals and Conferences and has 14 Indian patents and 2 international patents.